സൈഡ് കർട്ടൻ

Side Curtain
Stories

T P Venugopalan

CHINTHA PUBLISHERS
Thiruvananthapuram

First Edition
January 2020

Second Impression
February 2022

Published & Typesetting
Chintha Publishers, Thiruvananthapuram

Printed at
Romanson's, Thiruvananthapuram

Cover Design
Vinod Mangoes

ISBN: 978-93-89410-65-5

CO - 2906 / 5919

Email: chinthapublishers@gmail.com
Website: www.chinthapublishers.com

A version is available at National Libraries
Kolkata, Mumbai, Chennai and Delhi

Distribution
DESHABHIMANI BOOKHOUSE
H O Thiruvananthapuram 695035

Branch
Head Office Kunnukuzhi • Statue Thiruvananthapuram
KSRTC Bus Terminal Thampanoor • Saphalyam Complex Thiruvananthapuram
KSRTC Bus Station Alappuzha • KSRTC Bus Station Ernakulam
Machingal Lane Thrissur • IG Road Kozhikode
Mavoor Road Kozhikode • NGO Union Building Kannur
Central Bus Terminal Complex Thavakkara Kannur

സൈഡ് കർട്ടൻ

ടി പി വേണുഗോപാലൻ

ചിന്ത പബ്ലിഷേഴ്സ്
തിരുവനന്തപുരം–695 035

ടി പി വേണുഗോപാലൻ

കണ്ണൂർ ജില്ലയിലെ പാപ്പിനിശ്ശേരിയിൽ ജനിച്ചു. *ഭൂമിയുടെ തോട്ടക്കാർ, സുഗന്ധമഴ, അനുനാസികം, കേട്ടാൽ ചങ്കു പൊട്ടുന്ന ഓരോന്ന്, കുന്നുംപുറം കാർണിവൽ, ആത്മരക്ഷാർത്ഥം, ഭയപ്പാടം, മണ്ണ് വായനക്കാരൻ, പകൽ വണ്ടി യാത്രക്കാർ* (കഥാസമാഹാരങ്ങൾ) *തെമ്മാടിക്കവല, ഒറ്റയാൾ നാടകത്തിലെ കഥാപാത്രങ്ങൾ, അരവാതിൽ, കുത്തും കോമയുമുള്ള ഈ ജീവിതം* (നോവലുകൾ), *ആട്* (വിവർത്തനം) എന്നിവ കൃതികൾ.

പ്രേംജി അവാർഡ്, ഇടശ്ശേരി അവാർഡ്, ചെറുകാട് അവാർഡ്, മുണ്ടശ്ശേരി അവാർഡ്, അബുദാബി ശക്തി അവാർഡ്, അക്ഷരം അവാർഡ്, ഡോ. കെ എൻ എഴുത്തച്ഛൻ അവാർഡ്, എം പി കുമാരൻ അവാർഡ്, അദ്ധ്യാപക ലോകം അവാർഡ്, സമന്വയം അവാർഡ്, കൈരളി അറ്റ്ലസ് അവാർഡ്, പബ്ലിക് സർവന്റ് സാഹിത്യ അവാർഡ് എന്നിവ ലഭിച്ചിട്ടുണ്ട്.

സമഗ്ര ശിക്ഷാ കേരളം, കണ്ണൂർ ജില്ലാ പ്രോജക്ട് ഓഫീസർ, കേരളാ സാഹിത്യ അക്കാദമി അംഗം, യൂണിവേഴ്സിറ്റി ബോർഡ് ഓഫ് സ്റ്റഡീസ് അംഗം.

വിലാസം : ടി പി വേണുഗോപാൽ,
കണവത്ത് വീട്
പാപ്പിനിശ്ശേരി വെസ്റ്റ്,
കണ്ണൂർ 670561

ഫോൺ : 9496140052, 0497 2786237

E-mail : tpvenugopalantp@gmail.com

ഉള്ളടക്കം

പ്രസാധകക്കുറിപ്പ്

നാടകം എന്ന കലാരൂപം ആവിഷ്കാരത്തിന്റെ ഉയർന്ന വിതാനത്തിലാണ് നിലകൊള്ളുന്നത്. സാമൂഹ്യമാറ്റത്തിനുള്ള രാസത്വരകമായി മലയാള നാടകവേദി നിലകൊണ്ട കാലം ചരിത്രം മാത്രമല്ല വർത്തമാനത്തിലേക്കു നീളുന്നതു കൂടിയാണ്. മലയാളിയുടെ ഭാവനയിൽ നിറഞ്ഞുനിന്ന നാടകലോകത്തേക്ക് സിനിമ കടന്നുവന്നു. ക്രമേണ നാടകാനുഭവങ്ങൾക്ക് തീവ്രത കുറഞ്ഞു. നാടകാനുഭവങ്ങൾ ഇതരകലകൾക്ക് വിഷയമാകാത്തതിനു കാരണവും അതുതന്നെയാവാം. ഈ സാധാരണത്വത്തെ മറികടക്കുന്ന കഥകളാണ് ടി പി വേണുഗോപാലന്റെ *സൈഡ് കർട്ടൻ*. നാടകമെന്ന കലാരൂപത്തിന്റെ സ്വത്വത്തിൽ അലിഞ്ഞു ചേർന്നും വേറിട്ടും നില്ക്കുന്ന നാടക കലാകാരന്മാരും അവരുടെ ജീവിതവും കർത്തൃത്വത്തിലേക്കുയരുകയാണീ കഥകളിൽ. ആവിഷ്കാര സ്വാതന്ത്ര്യത്തിലേക്ക് പല രൂപത്തിൽ കടന്നുവരുന്ന വിലക്കുകൾ ഈ കഥകളെ സമകാലികമാക്കുന്നു.

ചിന്ത പബ്ലിഷേഴ്സ്

കഥനത്തിന്റെ നാൾവഴികൾ

എൻ ശശിധരൻ

അനുഭവങ്ങളുടെയും ആശയങ്ങളുടെയും ചരിത്രവല്ക്കരണം ഏറ്റവുമധികം സംഭവിക്കുന്ന കലാരൂപമാണ് നാടകം. സമൂഹത്തിന്റെ പൊതുബോധത്തിൽ നിലനില്ക്കുന്ന പ്രത്യയശാസ്ത്രപരിസരമാണ് ഈ ചരിത്രവല്ക്കരണത്തിന്റെ അടിത്തറ. നിലനില്ക്കുന്ന വ്യവസ്ഥയുടെ സർഗ്ഗാത്മകവും വിമർശനാത്മകവുമായ ചരിത്രപാഠങ്ങൾ എന്ന നിലയിൽ നാടകത്തിനുള്ള സ്ഥാനം ഇന്ന് ഏറക്കുറെ പൂർണ്ണമായും നഷ്ടപ്പെട്ടുകഴിഞ്ഞിരിക്കുന്നു. ഇതരകലാരൂപങ്ങളിൽനിന്ന് നാടകത്തെ വ്യത്യസ്തമാക്കുന്ന അതിന്റെ ജൈവികതയും സംവാദശേഷിയും തിരിച്ചുപിടിക്കാനാവാത്ത വിധം, നിർമ്മവും നിസ്സംഗവുമായിരിക്കുന്നു നമ്മുടെ മനസ്സുകൾ. ചരിത്രത്തോടൊപ്പം സഞ്ചരിക്കുകയും ചരിത്രത്തെ മാറ്റിത്തീർക്കുകയും ചെയ്ത ഒരു കലാരൂപം, സമകാലിക ജീവിതവ്യാഖ്യാനങ്ങൾക്ക് ശേഷിയില്ലാത്ത നിഴലിടങ്ങളിൽ ഒളിച്ചുകഴിയുന്ന കാഴ്ച വേദനാകരമാണ്. സൂക്ഷ്മത്തിൽനിന്ന് സ്ഥൂലത്തിലേക്കും ആഴത്തിൽനിന്ന് പരപ്പിലേക്കും സാമൂഹികതയിൽനിന്ന് വൈയക്തികതയിലേക്കുമുള്ള നമ്മുടെ ബോധപരിണാമംകൂടി നാടകത്തിന്റെ ഈ വിപര്യയം സാക്ഷ്യപ്പെടുത്തുന്നുണ്ട്.

ചെറുകഥ, നോവൽ തുടങ്ങിയ സാഹിത്യ രൂപങ്ങളിലും ചലച്ചിത്രങ്ങളിലും നാടകത്തിന്റെ പ്രതിനിധാനങ്ങൾ നന്നേ കുറഞ്ഞുവരുന്ന കാലമാണിത്. വില കുറഞ്ഞ ഹാസ്യത്തിനും അതിശയോക്തിപരമായ ഭൂതകാല പ്രകീർത്തനങ്ങൾക്കും വേണ്ടിയല്ലാതെ നാടകം അനുസ്മരിക്കപ്പെട്ടു കാണാറില്ല. നാടകം മുഖ്യപ്രമേയമായി വരുന്ന ടി പി വേണുഗോപാലന്റെ *സൈഡ് കർട്ടൻ* എന്ന സമാഹാരത്തിലെ പതിനൊന്നു കഥകൾ ഒന്നിച്ചു വായിച്ചപ്പോൾ, നാടകത്തിന്റെയും ചരിത്രത്തിന്റെയും വർത്തമാനകാല വൈരുദ്ധ്യങ്ങളെക്കുറിച്ച് ആലോചിച്ചുപോയി. നാട

കത്തെ മുഖ്യ അനുഭവമണ്ഡലമാക്കി ഇത്രയേറെ കഥകൾ സമീപകാലത്ത് മറ്റാരും എഴുതിക്കണ്ടിട്ടില്ല. പക്ഷേ, നാടക പശ്ചാത്തലത്തിൽ എഴുതിയ കഥകൾ എന്ന നിലയിൽ മാത്രമല്ല അവയുടെ സാംഗത്യം. നാടകം എന്ന കലാരൂപത്തിന്റെ ജൈവസ്വഭാവവും രൂപപരമായ സവിശേഷതകളും കഥാഖ്യാനത്തിന്റെ നവീന സാദ്ധ്യതകളായി ഉപയോഗപ്പെടുത്തുകയാണ് വേണുഗോപാലൻ. ചെറുകഥയിൽ അന്യഥാ പരിക്ഷീണമായി കഴിഞ്ഞ പരീക്ഷണോന്മുഖതയുടെ മറ്റൊരു രൂപം എന്ന നിലയിൽ തള്ളിക്കളയാവുന്നവയല്ല ഈ കഥകൾ. വെളിച്ചത്തിനും ഇരുട്ടിനുമിടയിൽ, അഥവാ അരങ്ങിനും സദസ്സിനുമിടയിൽ നാടകം സാദ്ധ്യമാക്കുന്ന സാമൂഹികമായ സംവാദാത്മകതയെ ചെറുകഥ എന്ന സൂക്ഷ്മമാദ്ധ്യമത്തിലേക്ക് സന്നിവേശിപ്പിച്ച് പുതിയൊരു ഭാവുകത്വം സൃഷ്ടിക്കാൻ കഥാകാരന് കഴിഞ്ഞിട്ടുണ്ട്. വർത്തമാനകഥാ സാഹിത്യത്തിന് വലിയൊരളവിൽ നഷ്ടമായിക്കൊണ്ടിരിക്കുന്ന യാഥാർത്ഥ്യത്തെക്കുറിച്ചുള്ള തിരിച്ചറിവുകൾ പുനരാനയിക്കുവാനും ഈ സങ്കേതം സഹായകമാകുന്നുണ്ട്.

ജനപ്രിയതയും വിശ്വാസ്യതയും നഷ്ടപ്പെട്ട് ആർക്കും വേണ്ടാത്ത കലാരൂപമായി മാറിയ നാടകത്തിന്റെ വർത്തമാന അവസ്ഥയെ പ്രാഥമികമായി അഭിസംബോധന ചെയ്തുകൊണ്ടാണ് ടി പി വേണുഗോപാലൻ ഈ നാടകകഥകൾ എഴുതിയിരിക്കുന്നത്. പക്ഷേ, നാടകത്തിന്റെ നഷ്ടങ്ങളെ തന്റെ മാധ്യമമായ ചെറുകഥയുടെ നേട്ടങ്ങളാക്കുന്ന അപൂർവ്വമായ ഒരു പരിചരണരീതിയാണ് എല്ലാ കഥകളിലും കാണുക. നാടകീയമായ ജീവിത മുഹൂർത്തങ്ങളും നാടകീയ സ്വഗതാഖ്യാനങ്ങളും വൈകാരിക സംഘട്ടനങ്ങളിലൂടെ ഉരുത്തിരിയുന്ന ആഖ്യാനപരമായ കുതിപ്പുകളും സന്നിവേശിപ്പിക്കുകവഴി കഥാകാരൻ സാക്ഷാൽക്കരിക്കുന്ന ഭാവുകത്വലോകത്തിന് ചിലപ്പോൾ എപ്പിക് മാനങ്ങളുള്ള ഒരു നാടകത്തിന്റെ സമഗ്രതയും ദർശനപരതയും ആർജ്ജിക്കാൻ കഴിയുന്നുണ്ട്. പ്രേതമായി അഭിനയിക്കുന്ന ഒരു നടന്റെ ആത്മഭാഷണത്തിലൂടെ ('സൈഡ് കർട്ടൻ' എന്ന കഥ) കഥാകാരൻ പറഞ്ഞുവയ്ക്കുന്നത് നാടകത്തിനപ്പുറമുള്ള പ്രവൃത്തികളെയും അസംബന്ധമാക്കുന്ന ഒരു പ്രതിസംസ്കാരത്തോടാണ് നാടകകഥകളിലെ കഥാപാത്രങ്ങൾ ഏറ്റുമുട്ടുന്നത്.

നാടകകലയുടെ സാമൂഹികസാംഗത്യം അംഗീകരിക്കുമ്പോൾത്തന്നെ നാടകത്തിലെ അഭിനേതാക്കളെയും നാടകപ്രവർത്തകരെയും നിന്ദാപൂർവ്വം വീക്ഷിക്കുന്ന ഒരു സംസ്കാരം മലയാളികൾക്ക് പണ്ടുമുതലേയുണ്ട്. ധാർമ്മികവും സദാചാരപരവുമായ മലയാളിയുടെ ആത്മവഞ്ചനകൾക്ക് മേഞ്ഞു നടക്കാൻ നാടകംപോലെ മറ്റൊരിടം ഉണ്ടായിരുന്നില്ല. *സൈഡ് കർട്ടൻ* എന്ന സമാഹാരത്തിലെ എല്ലാ കഥകളിലും ഈ ഹിപ്പോക്രസി പല വിതാനങ്ങളിൽ സ്ഥാപനവല്ക്കരിക്കപ്പെടുന്നുണ്ട്. അവയിലെ നർമ്മവും രൂക്ഷപരിഹാരവിമർശനങ്ങളും നമ്മുടെ സാംസ്കാരിക നിശ്ശബ്ദതകളെ ഭഞ്ജിക്കാൻ ശേഷിയുള്ളവയാണ്.

ഈ നാടകകഥകളെല്ലാം രാഷ്ട്രീയകഥകളുമാണ്. അരാഷ്ട്രീയതയിൽ

ഊർദ്ധ്വംവലിക്കുന്ന നാടകകലയെ അരാഷ്ട്രീയതയെയും അതിന്റെ വിധ്വംസകമായ പ്രതിസംസ്കാരത്തെയും അടയാളപ്പെടുത്താനാണ് കഥാകാരൻ വിനിയോഗിക്കുന്നത്. ഗ്രാമീണമായ ലാളിത്യവും നാട്ടുമനുഷ്യരുടെ നിർവ്യാജമായ ആർജ്ജവവും ഒത്തിണങ്ങിയ സവിശേഷമായ ഒരു മാനുഷികതയാണ് ഈ കഥകളുടെ രാഷ്ട്രീയ ഭൂമിക. കഥനത്തിന്റെ ഈ നാടകവഴികൾ അതിജീവനത്തിന്റെയും പ്രതിരോധത്തിന്റെയും പാഠങ്ങൾ കൂടി ഉൾക്കൊള്ളുന്നുണ്ട്.

സൈഡ് കർട്ടൻ

ജീവിച്ചിരിക്കുന്നവരുടെ മുഖത്തുനോക്കി പല്ലിളിച്ചുകാട്ടലാണു മരണശേഷം സർവ്വരുടെയും പണിയെന്ന് ചെറിയ പ്രായത്തിൽത്തന്നെ ഞാൻ മനസ്സിലാക്കിയിരുന്നു. അതുകൊണ്ട് കുന്നുംപുറം ജനകീയ കലാസമിതിയുടെ പുതിയ നാടകത്തിൽ, ആത്മഹത്യ ചെയ്ത വെളിച്ചപ്പാടിന്റെ പ്രേതമായി അഭിനയിക്കണമെന്ന് ആവശ്യപ്പെട്ടപ്പോൾ സന്തോഷത്തോടെ സമ്മതിക്കുകയുണ്ടായി. ഒരു ജന്മിയുടെ ധൂർത്തനായ മകനാൽ ചതിക്കപ്പെട്ട പെൺകുട്ടിയുടെ പിതാവാണ് ഈ വെളിച്ചപ്പാട്. പെരുവഴിയിൽ കുത്തിമരിക്കുകയല്ലാതെ പുള്ളിക്കാരനു മറ്റൊരു മാർഗ്ഗവും ഉണ്ടായിരുന്നില്ല. ചത്തശേഷം ശവപ്പറമ്പിൽനിന്നു നിറജീവനോടെ പ്രേതം എണീറ്റുവരുന്ന ഭീതിദദൃശ്യത്തോടെയാണ് നാടകം ആരംഭിക്കുന്നത്. അമ്പരപ്പിക്കുന്ന സെറ്റിങ്സും ഹൃദയമിടിപ്പ് പെരുക്കുന്ന ശബ്ദവിന്യാസവും ഭ്രമാത്മകമായ ദീപവിധാനവുമാണു നിർദ്ദേശിക്കപ്പെട്ടിരിക്കുന്നത്. ബാക്ക്ഗ്രൗണ്ടിൽ ഒന്നിനു പിറകേ ഒന്നായി പ്രത്യക്ഷപ്പെടുന്ന മുൾച്ചെടികളും കുറ്റിക്കാടുകളും പാറക്കൂട്ടങ്ങളും വേലിക്കെട്ടുകളും കൽമതിലുകളും വൻമരങ്ങളും ഒരഭ്യാസിയുടെ മെയ്വഴക്കത്തോടെ കവച്ചുവെച്ചുകൊണ്ട് പ്രേതം നടക്കുകയാണ്. ജന്മിയുടെ മാളിക വീടിന്റെ നിലവറയിൽ അനായാസം പ്രവേശിച്ചശേഷം ഇരുണ്ട മൂലയിലെ ഒരു അലമാരയ്ക്കു മുകളിൽ കാലിന്മേൽ കാൽ കയറ്റി ഇരിക്കുകയാണ്. മുറിയിൽ വന്നുംപോയുമിരിക്കുന്ന കഥാപാത്രങ്ങളെ നിശ്ശബ്ദം വീക്ഷിക്കുകയാണ്. ഷവർ ലൈറ്റ് പതിയുമ്പോൾ അമാനുഷികമായ അംഗവിക്ഷേപങ്ങൾ കൊണ്ടു വിസ്മയിപ്പിക്കുകയാണ്. തരംകിട്ടുമ്പോഴൊക്കെ ജന്മിയുടെ മകനിൽ ആവേശിച്ചു മാനസികവിഭ്രാന്തിയുണ്ടാക്കുകയാണ്. നടക്കുന്ന രഹസ്യങ്ങളുടെ ചുരുളഴിപ്പിക്കുകയാണ്.

ചടുലമായ പ്രേതഭാഷണങ്ങൾ, കൈയും മെയ്യും കൊണ്ടുള്ള അഭ്യാസ പ്രകടനങ്ങൾ; നൂറു കൈകളെന്നപോലെ നീണ്ടുവരുന്ന വിരലെല്ലുകൾ, ഉള്ളുലയ്ക്കുന്ന പ്രേതച്ചിരി, അരങ്ങുതകർക്കാൻ അപാര സാദ്ധ്യതകൾ...

മറ്റു കഥാപാത്രങ്ങളെ ഒന്നൊന്നായി നിലവറയിൽ വരുത്തി വിചാരണ ചെയ്താണ് നാടകം മുന്നേറുന്നത്. സ്വന്തക്കാരും ബന്ധക്കാരും ഇടതടവില്ലാതെ വന്നുപോകുന്നുണ്ട്. കാര്യസ്ഥന്മാരും കണക്കെഴുത്തുകാരും ഉണ്ണുന്ന ചോറിനു കൂറുകാട്ടുന്നുണ്ട്. രാഷ്ട്രീയക്കാരും പൊലീസുകാരും അരണ്ട വെളിച്ചത്തിനു കീഴെ അഴിക്കാനും കുരുക്കാനുമുള്ള ചർച്ച നടത്തുന്നുണ്ട്. മാതാവിന്റെ നിശ്ശബ്ദരോദനം കേൾക്കുന്നുണ്ട്. പിതാവ് കരുതലോടെ കരുനീക്കുന്നുണ്ട്. യുഗ്മഗാനം പാടാൻ കാമുകി അണിഞ്ഞൊരുങ്ങി വരുന്നുണ്ട്. ഒരു പെഗ്ഗിന് നിലമറന്നുപോകാറുള്ള വേലക്കാരൻ കുഞ്ഞിരാമൻ ചിരിപ്പിച്ചു ചിരിപ്പിച്ച് മണ്ണുകപ്പിക്കുന്നുണ്ട്. ബാധയൊഴിപ്പിക്കാൻ ചരടും വടിയുമായി വന്ന കല്ലൂർ നമ്പൂതിരിപ്പാട്, ജന്മിയുടെ മകന്റെ തൊഴിയേറ്റ് അടിവയർ അമർത്തിപ്പിടിച്ച് പരക്കം പായുന്നുണ്ട്.

എല്ലാം കണ്ടുംകേട്ടും നിലവറയുടെ മൂലയിൽ പ്രേതം ഏകഭാവനായി നിലയുറപ്പിക്കണം. ജന്മിയുടെ മകൻ തനിച്ചാകുമ്പോഴെല്ലാം വിരലുകൾ നീട്ടി വിരട്ടണം. വെള്ളച്ചിരികാട്ടി വിറളിയെടുപ്പിക്കണം. നോട്ടംകൊണ്ട് ഉരുക്കിയൊലിപ്പിക്കണം. ചക്കയുടെ വെളഞ്ഞിർപോലെ പറ്റിപ്പിടിക്കണം.

ക്ലൈമാക്സിൽ ഏവരെയും മുൾമുനയിൽ നിർത്തുമാറ് സസ്പെൻസിന്റെ കുരുക്കഴിക്കണം. വെളിച്ചപ്പാട് ആത്മഹത്യ ചെയ്യുകയായിരുന്നില്ല, തന്റെ മകളെ ചതിച്ചവന്റെ നേർക്ക് ഉറഞ്ഞുതുള്ളാൻ പോകുന്ന വഴിയിൽ മുതലമുത്തു എന്ന ഗുണ്ട പെരുവഴിയിൽ കുത്തിമലർത്തുകയായിരുന്നു എന്ന് കർട്ടൻ വീഴുന്നതിനു മുമ്പ് വെളിച്ചപ്പെടുത്തണം. ഉണ്ടക്കണ്ണുകളും കപ്പടാമീശയും കവിളിൽ കറുത്തുരുണ്ട മറുകും അരയിൽ ഉടുമുണ്ടിനു മീതെ കടുംകളറിലുള്ള ബെൽറ്റും ബെൽറ്റിൽ ഇറുക്കിവെച്ച കഠാരയുമായി പ്രത്യക്ഷപ്പെടുന്ന മുത്തലിബ് എന്ന മുതലമുത്തുവിനോട് അറപ്പും വെറുപ്പും തോന്നിക്കണം. ജീവിച്ചിരിക്കുന്ന സർവ്വമാന ജനത്തിന്റെയും നിസ്സംഗതയുടെ നേർക്ക് പ്രേതച്ചിരി കൂരമ്പുപോലെ ആഞ്ഞുതറയ്ക്കണം.

ആദ്യ റിഹേഴ്സലിൽത്തന്നെ പ്രേതത്തിന്റെ ശരീരഭാഷ സ്വായത്തമാക്കുന്നതിൽ എനിക്കു പ്രയാസമൊന്നും തോന്നുന്നില്ല. പ്രേതത്തിന് അസ്ഥിപഞ്ജരത്തിന്റെ ആകൃതി നിർദ്ദേശിക്കപ്പെട്ടതുകൊണ്ട് സംഗതി കുറെക്കൂടി എളുപ്പമായി. എന്റെ കുഴിക്കണ്ണുകളും ഉന്തുപല്ലുകളും എല്ലിച്ച ശരീരവും അസ്ഥികൂടത്തിനു സമാനമായതുകൊണ്ട് മാത്രമായിരുന്നില്ല അത്. അഞ്ചിൽ പഠിക്കുന്ന കാലത്തുതന്നെ ഒരു പ്രേതം എന്റെ മനസ്സിൽ കയറിയിരുന്നു. പല്ലിളിക്കാൻ തുടങ്ങിയിരുന്നു. സ്കൂളിന്റെ ഇരുട്ടു

നിറഞ്ഞതും മാറാല മൂടിയതുമായ സയൻസ് മുറിയിൽ വാരിവലിച്ചിട്ടതുപോലെ കിടന്നിരുന്ന കുറെ ഉപകരണങ്ങൾക്കൊപ്പം പൊട്ടിയ കണ്ണാടിക്കൂട്ടിലുണ്ടായിരുന്ന അസ്ഥികൂടത്തെ പാത്തുംപതുങ്ങിയും ചെന്ന് ഒളിഞ്ഞുനോക്കാറുണ്ടായിരുന്നു ഞാൻ. പട്ടടകളിലും പാലമരച്ചുവടുകളിലും അലഞ്ഞുതിരിഞ്ഞു നടക്കാറുള്ള പെൺപ്രേതങ്ങൾ തൂവെള്ള വസ്ത്രമുടുക്കുന്നവരാണെന്നും വസ്ത്രം പോയിട്ടു തോലും മാംസവും പോലുമില്ലാത്ത സമ്പൂർണ്ണ നഗ്നരൂപങ്ങളാണ് ആൺപ്രേതങ്ങളെന്നും ആരും പറഞ്ഞുതരാതെ തന്നെ എനിക്കറിയാമായിരുന്നു.

അഞ്ച് ബി യിൽ എന്റെ തൊട്ടടുത്തായിരുന്നു പൂവുള്ള പറമ്പത്ത് അഹമ്മദ് എന്നു ഹാജർപട്ടികയിൽ പേരുള്ള മുച്ചിറിയൻ അയമു. ഒരുവിധം നന്നായി ഉത്തരങ്ങൾ പറയുന്നതിനാലും ഹോംവർക്കുകൾ കൃത്യമായി ചെയ്യുന്നതിനാലും അല്പസ്വല്പം അച്ചടക്കമുള്ളതിനാലും ക്ലാസ് ലീഡറാണ് പുള്ളിക്കാരൻ. ടീച്ചറില്ലാത്തപ്പോൾ ക്ലാസിനെ മുഴുവൻ വരുതിയിൽ നിർത്തും. അപശബ്ദമുണ്ടാക്കുന്നവരുടെ പേരെഴുതി സ്റ്റാഫ് റൂമിലെത്തിക്കും. വളവള വർത്തമാനം പറയുന്നത് ശീലമാക്കിയ പിൻബെഞ്ചുകാരൻ ചട്ടക്കാലൻ ദാമു, അവന്റെ ലിസ്റ്റിൽ എന്നും ഒന്നാമതായിരുന്നു. അയമുവിന്റെ മൂത്താപ്പ കുഞ്ഞിമൂസയുടേതാണ് സയൻസ് മുറിയിലെ അസ്ഥികൂടമെന്ന് എന്നോടു സ്വകാര്യമായി പറഞ്ഞത് ദാമുവായിരുന്നു. ഒരു ദിവസം ഒരാളെയെങ്കിലും കുത്തിമലർത്തിയില്ലെങ്കിൽ ഉറക്കം വരാത്തവരാണ് പൂവുള്ള പറമ്പത്തുകാരെന്നും ഒരു രാത്രിയിൽ പെരുവഴിയിൽവെച്ച് ആരെയോ കുത്തി ഓടുന്നതിനിടയിൽ പൊട്ടക്കിണറ്റിൽ വീണുപോയതാണെന്നും കാലം കുറെ കഴിഞ്ഞ് കിണർ വൃത്തിയാക്കുമ്പോൾ അസ്ഥികൂടമായി കിട്ടിയെന്നും അയ്മുവിന്റെ ബാപ്പ കമ്പിൽ കുത്തിയെടുത്ത്, ഒരു പ്ലേറ്റ് പോത്തിറച്ചിക്കും പൊറോട്ടയ്ക്കുമുള്ള കാശിനു സ്കൂളുകാർക്കു വിറ്റുവെന്നും ദാമു ഘട്ടം ഘട്ടമായി എനിക്കു മനസ്സിലാക്കിത്തന്നു.

ക്ലാസിൽ ഒന്നാമനായതുകൊണ്ട് മാത്രമല്ല, പൂവുള്ളപറമ്പത്ത് എന്ന സുഗന്ധം വമിക്കുന്ന വീട്ടുപേര് ഉള്ളതുകൊണ്ടും മുച്ചിറിയുടെ ഓമനത്തം കൊണ്ടും അയമുവിനെ കാണുന്നതുതന്നെ ആഹ്ലാദകരമായിരുന്നു അതുവരെ. എന്നാൽ വില്ലന്മാരുടെ രക്തത്തിൽ പിറന്നു എന്ന ഒറ്റക്കാരണത്താൽ അയമുവിനോട് എനിക്ക് വെറുപ്പു തോന്നുകയും പിൻബെഞ്ചിൽ ദാമുവിന്റെ തൊട്ടടുത്തു മാറിയിരിക്കുകയും ചെയ്തു. ഒരു ചുവരിനപ്പുറത്തുള്ള സയൻസ് മുറിയിൽ ചത്തുപോയ സ്വന്തം മൂത്താപ്പ ചിരിച്ചുകൊണ്ട് ഇരിപ്പുള്ളത് മറ്റാർക്കും ലഭിക്കാത്ത ഭാഗ്യമായിരുന്നിട്ടും ഒരു നോക്ക് കാണാനുള്ള കൗതുകം പോലും അയമുവിന് ഇല്ലാതെപോയതിൽ എനിക്ക് അത്ഭുതം തോന്നിയില്ല. കരിങ്കല്ലിന്റെ ഹൃദയമുള്ളവർക്ക് എങ്ങനെ ബന്ധങ്ങളുടെ വിലയറിയാൻ.

അയമുവിന്റെ മുച്ചിറി പൊടുന്നനേ രക്തദാഹിയായ കൊക്കുകളായി. കഴുകൻ കണ്ണുകൾ ക്ലാസ് മുഴുവൻ ചുറ്റിത്തിരിഞ്ഞു. മുഖത്തിനു ഭീകരത

കൈവന്നു.

ടീച്ചറില്ലാത്തപ്പോൾ ഒരു ഞൊടിയിലൂടെ ഒരു നോട്ടത്തിലൂടെ ക്ലാസിനെ മുഴുവൻ അടക്കിഭരിക്കാൻ കഴിയുന്നതിനു കാരണം ഈ ക്രൗര്യംതന്നെ! അവന്റെ അച്ചടക്കം കൃത്രിമമായിരുന്നുവെന്നും സ്നേഹ പ്രകടനങ്ങൾ മുഴുവൻ കെണിയായിരുന്നുവെന്നും തിരിച്ചറിയുകയായിരുന്നു. കുടുങ്ങുന്നതിനു മുമ്പേ കൂട്ടുകെട്ട് അവസാനിപ്പിക്കാൻ കഴിഞ്ഞതിൽ എനിക്കഭിമാനം തോന്നി.

അതതുദിവസം ചെയ്യുന്ന നല്ല കാര്യങ്ങൾ ഒരു നോട്ടുബുക്കിൽ എഴുതിവെക്കാൻ അക്കാലത്ത് ടീച്ചർ പറയുകയായിരുന്നു. ആദ്യമൊക്കെ മുച്ചിറിയൻ അയമുവിന്റെ നന്മയെക്കുറിച്ചും അച്ചടക്കത്തെക്കുറിച്ചും എഴുതി പേജ് നിറയ്ക്കാറുണ്ടെങ്കിലും അവസാനം അവന്റെ ഉള്ളുകള്ളി തിരിച്ചറിഞ്ഞതും ചീത്ത കൂട്ടുകെട്ടിൽനിന്നു രക്ഷപ്പെടാൻ കഴിഞ്ഞതും 'നല്ല കാര്യങ്ങളു'ടെ പട്ടികയിൽ എഴുതിച്ചേർക്കുകയുണ്ടായി.

ഏതായാലും അയമുവിനു പകരം ദാമു എന്റെ ആത്മമിത്രമാകുകയായിരുന്നു. ദാമുവിന്റെ നടത്തത്തിനു മാത്രമേ എങ്കോണിപ്പുള്ളൂ. ബുദ്ധിക്കു കൃത്യതയുണ്ട്. പരീക്ഷാപേപ്പറിൽ ഉത്തരങ്ങൾ ഒന്നും എഴുതാൻ അറിയില്ലെങ്കിലും ലോകവിവരം ടീച്ചറെക്കാളുമുണ്ട്. മനുഷ്യരുടെ അസ്ഥികൂടം മൊത്തമായും എല്ല്, തലയോട് തുടങ്ങിയവ ലൂസായും വില്ക്കുന്ന കടകൾ ഒരുകാലത്ത് കോഴിക്കോട്ടങ്ങാടിയിൽ ഉണ്ടായിരുന്നുവെന്നും പണ്ടേതോ ഹെഡ്മാഷ് അവിടെനിന്നും പണംകൊടുത്തു വാങ്ങിയതാണെന്നും റസീറ്റും സ്റ്റോക്ക് രജിസ്റ്ററും മറ്റും ചിതലെടുത്തു പോയതായിരിക്കാമെന്നും ടീച്ചർ പറഞ്ഞത് ഞാൻ വിശ്വസിച്ചില്ല. അസ്ഥികൂടപ്പീടിക എന്നത് സങ്കല്പസൃഷ്ടിയാകാനേ തരമുള്ളൂ. ടെക്സ്റ്റ് ബുക്കിനു പുറത്തുള്ള സംശയങ്ങൾക്ക് എല്ലാ ടീച്ചർമാരും ലൊട്ടുലൊടുക്കു മറുപടികൾ നല്കി തലയൂരുന്നതുപോലെയാണിതും എന്നേ ഞാൻ കരുതിയുള്ളൂ.

ടീച്ചർ കണക്കും സയൻസും പഠിപ്പിക്കുന്നതിനിടയിൽ മുച്ചിറിയൻ അയമുവിന്റെ മൂത്താപ്പ നിറചിരിയുമായി എന്റെ മുന്നിൽ വന്നുനില്ക്കും. വീട്ടിലേക്കുള്ള വഴിയിൽ അയാൾ എന്നെ പിന്തുടർന്നുകൊണ്ടേയിരിക്കും. എന്നെക്കാൾ മുമ്പേ വീട്ടിനകത്തു കടന്ന് കതകിനിടയിലെയും കട്ടിലിനടിയിലെയും ഇരുട്ടിൽ ഒളിച്ചുനിന്നു പല്ലുകാട്ടും.

കൊല്ലും കൊലയുമായി നാടിനെ വിറപ്പിച്ച ഭീകരൻ മരണാനന്തരം തന്റെ ചെയ്തികളുടെ നിരർത്ഥകതയോർത്തു ചിരിക്കുകയാണ്. നിശ്ശബ്ദമായ പൊട്ടിച്ചിരി. കാലം മാറിമറിഞ്ഞെങ്കിലും ഇടയ്ക്കിടെ കൊളുത്തിവലിക്കാറുണ്ട് ആ പ്രേതനോട്ടം.

റിഹേഴ്സൽ സമയത്ത്, പ്രേതച്ചിരിയിൽ സംവിധായകൻ സംതൃപ്തിയടയുമ്പോഴും എനിക്കല്ലാതെ മറ്റാർക്കും ഇത്ര തന്മയത്വത്തോടുള്ള പരകായപ്രവേശം സാദ്ധ്യമല്ലെന്ന് അഭിനന്ദിക്കുമ്പോഴും കൊല്ലുന്നവന്റെ ചിരി കൊല്ലപ്പെട്ടവനു പകർന്നുനല്കിയതിന്റെ അനൗചിത്യം തികട്ടി

വരുന്നുണ്ടായിരുന്നു. മരണശേഷം സർവ്വരും സമഭാവരാണെന്ന ആരുടെയോ ഉദ്ധരണി മാത്രമായിരുന്നു അതിനു ന്യായീകരണം.

നാടകത്തിലെ കഥയും കഥാപാത്രങ്ങളും തികച്ചും സാങ്കല്പികമാണെന്നും ജീവിച്ചിരിക്കുന്നവരോ മരിച്ചുപോയവരോ ആയ ചിലരുടെ സാദൃശ്യം തോന്നുന്നുണ്ടെങ്കിൽ അത് യാദൃച്ഛികം മാത്രമാണെന്നും ഉള്ള മുൻകൂർ ജാമ്യം ഒരു ജാടയ്ക്കുവേണ്ടി തട്ടിവിടുന്നതാണെന്നാണു ഞാൻ കരുതിയിരുന്നത്. പറഞ്ഞുപറഞ്ഞ് കാരം പോയ ആ മുന്നറിയിപ്പുകൊണ്ട് എന്തെങ്കിലും പ്രയോജനമുണ്ടെന്ന് എനിക്ക് തോന്നിയിരുന്നില്ല.

എന്നാൽ അത് കരുതിക്കൂട്ടി എഴുതിച്ചേർത്തതാണെന്ന്, റിഹേഴ്സൽ സമയത്തുള്ള ചിലരുടെ കുശുകുശുപ്പും മുറുമുറുപ്പം കൂട്ടിവായിച്ചപ്പോൾ എനിക്കു ബോദ്ധ്യപ്പെടുകയുണ്ടായി. പണ്ടെപ്പോഴോ ചത്തു മണ്ണടിഞ്ഞ സംഭവത്തെ ചിള്ളിപ്പുറത്തിട്ട്, ചില യാഥാർത്ഥ്യങ്ങൾ കാലം കഴിഞ്ഞാലും കനൽപ്പോലെ കത്തിക്കൊണ്ടിരിക്കുമെന്നു ബോദ്ധ്യപ്പെടുത്തുകയാണത്രേ നാടകകൃത്തിന്റെ ലക്ഷ്യം. നിയമം കാലിടറുമ്പോൾ കല ഊന്നുവടിയാകുമെന്നും നിയമപാലകർ ഇരുട്ടിൽ തപ്പുമ്പോൾ കല ചൂട്ടുവെളിച്ചം പകർന്ന് വഴികാട്ടുമെന്നും നാടകം തെളിയിക്കുന്നുണ്ട്. കലയുടെ യഥാർത്ഥ ധർമ്മം നിറവേറ്റുകയാണിവിടെ. ഈ ധർമ്മസമരത്തിൽ പങ്കാളിയാകാൻ കഴിഞ്ഞ മഹാഭാഗ്യത്തിൽ ഞാൻ അതിയായി സന്തോഷിച്ചു.

എന്നാൽ പെരുമഴയിൽ മൺകട്ടയെന്നപോലെ എന്റെ ഭാഗ്യവും സന്തോഷവും കുത്തിയൊലിച്ചു പോകുകയായിരുന്നു. ഫൈനൽ റിഹേഴ്സലിന്റെ അന്ന്.

റിഹേഴ്സൽ മൂർദ്ധന്യത്തിലെത്തിയപ്പോൾ കലാസമിതിയുടെ മുറ്റത്ത് ഇരുട്ടിൽ ഒരു ജീപ്പ് ബ്രേക്കിടുന്നതിന്റെ ശബ്ദം എല്ലാവരും കേട്ടു. ഒരു മഫ്ടി പൊലീസുകാരന്റെ മേക്കപ്പും വേഷവിധാനവുമായി ഏതോ നാടകത്തിൽ നിന്നെന്നപോലെ ഒരാൾ കയറിവരുന്നു. കല്ലൂർ നമ്പൂതിരിപ്പാട് അട്ടഹസിച്ചും ഭസ്മം വാരിവിതറിയും വടി വീശിയും ബാധയൊഴിപ്പിക്കൽ തുടങ്ങിയിട്ടേ ഉണ്ടായിരുന്നുള്ളൂ. പൊടിയേറ്റ് പുള്ളിക്കാരൻ തുമ്മിപ്പോയി. രംഗം പൊടുന്നനെ നിശ്ചലമായി. പൊടിയമർന്നശേഷം നാടകത്തിലെ പ്രധാന കഥാപാത്രമെന്നപോലെ എല്ലാവരുടെയും നേർക്ക് കണ്ണുപായിക്കാൻ തുടങ്ങി. അലമാരിക്കു മുകളിൽ ഷവർലൈറ്റിൽ പല്ലിളിച്ചു നില്പായിരുന്ന എന്റെ നേർക്ക് നോട്ടമെത്തിയപ്പോൾ, ആളെ കണ്ടുപിടിച്ചെന്ന മട്ടിൽ മുഖഭാവം മാറി. “ഒരു സെക്കന്റ്” എന്നു പറഞ്ഞ് വിരൽഞൊടിച്ച് അയാൾ എന്നെ വിളിക്കുകയുണ്ടായി. പ്രേതഭാവത്തിൽനിന്ന് അയഞ്ഞുവരാൻ എനിക്ക് അല്പംകൂടി സമയമെടുക്കേണ്ടി വന്നു. അലമാരയിൽനിന്ന് ഊർന്നിറങ്ങിയശേഷം അയാളുടെ പിറകേ യാന്ത്രികമായി ഞാൻ ജീപ്പിനടുത്തേക്കു നീങ്ങുകയുണ്ടായി.

ദൈവമേ പൊലീസ് ജീപ്പുതന്നെ! പിടിച്ചുപറിയോ കത്തിക്കുത്തോ ബലാത്സംഗമോ പോയിട്ട് ഒരു പട്ടിയെ കല്ലെറിയുകപോലും ചെയ്യാത്ത, നാട്ടുനടപ്പിന് എതിരായി യാതൊരു പ്രവർത്തനവും ചെയ്യാത്ത, നാലാ

ളെക്കൊണ്ട് നല്ലതുമാത്രം പറയിക്കണമെന്ന് ആഗ്രഹിക്കുന്ന ഞാൻ പൊടുന്നനേ ഒരു കുറ്റവാളിയുടെ മാനസികാവസ്ഥയിലായി. രചയിതാവും സംവിധായകനും ഗഡാഗഡിയന്മാരായ അഭിനേതാക്കളും നിറജീവനോടെ നിരന്നുനില്പുണ്ടായിട്ടും വെറുമൊരു എല്ലിച്ച പ്രേതമായ എന്നെ ഇയാൾ എന്തിന് അദൃശ്യകരങ്ങളാൽ വലിച്ചിഴച്ചു കൊണ്ടുവന്നു എന്നാണു മനസ്സിലാകാത്തത്.

"എന്നെ സൂക്ഷിച്ചുനോക്ക്, മനസ്സിലാകും." എന്നുപറഞ്ഞ് അയാൾ കലാസമിതിയുടെ ജനലഴികൾക്കിടയിലൂടെ തെറിച്ചുവീഴുന്ന വെളിച്ചത്തിന് അഭിമുഖമായി നിന്നു. ഞാൻ കൺമിഴിച്ചും നെറ്റിചുളിച്ചും നോക്കി. അകന്നുനിന്നും അടുപ്പിച്ചുനിർത്തിയും നോക്കി. ചാഞ്ഞും ചരിഞ്ഞും നോക്കി. ഇയാളെ ഇതിനുമുമ്പു കണ്ടതായി ഓർക്കുന്നേയില്ല. എങ്കിൽ കഷ്ടപ്പെടേണ്ട, അഞ്ചാം ക്ലാസിൽ കുറേക്കാലം അടുത്തടുത്തിരുന്ന അഹമ്മദിനെ മറക്കാൻ വഴിയില്ലെന്നും പൂവുള്ള പറമ്പത്ത് തറവാട്ടുകാരനാണെന്നും പഠിക്കുന്ന കാലത്ത് മുച്ചിറിയുണ്ടായിരുന്നുവെന്നും ചെറിയ പ്ലാസ്റ്റിക് സർജറിയിലൂടെ അത് കംപ്ലീറ്റ് മാറ്റിയതാണെന്നും അയാൾ പറയുകയുണ്ടായി. ചെറുപ്പത്തിലേ ടൗണിൽ സെറ്റിൽ ചെയ്തതു കാരണം പഴയ ഫ്രണ്ട്സിനൊന്നും ഐഡന്റിഫൈ ചെയ്യാൻ കഴിയുന്നില്ലെന്നും അയാൾ കൂട്ടിച്ചേർത്തു.

മുച്ചിറിയൻ അയമു! ഞാൻ ഒച്ചയുണ്ടാക്കാതെ പറഞ്ഞുപോയി. നീ ഇത്രയും ഇസ്തിരിവടിവിലുള്ള മനുഷ്യനോ!

ഞാൻ വാ പൊളിച്ചു നില്ക്കുന്നതിനിടയിൽ, കുന്നുംപുറം സ്റ്റേഷനിൽ എസ് ഐ ആയി ചാർജ്ജെടുത്തിരിക്കുകയാണെന്നുംകൂടി പറഞ്ഞതുകേട്ടപ്പോൾ എന്റെ തുപ്പൽ മുഴുവൻ വറ്റിവരണ്ടു.

സാധാരണഗതിയിൽ സന്തോഷംകൊണ്ട് ഇരുതോളിലും കൈചുറ്റിക്കെട്ടിപ്പിടിക്കേണ്ടുന്ന സമയം കഴിഞ്ഞു. വെളുത്തു തടിച്ച് സുന്ദരനായ ഒരു പൊലീസ് ഇൻസ്പെക്ടറെ കറുത്തുമെലിഞ്ഞ് വിരൂപനായ ഒരു നാരോന്ത് തൊടുന്നതുപോലും നിയമവാഴ്ചയെ വെല്ലുവിളിക്കലാകുമെന്ന ഭയം വന്നു മൂടിയതുകൊണ്ട് അയാൾ നല്കിയ ഷേക് ഹാൻഡ് അയാൾക്കുതന്നെ പിൻവലിക്കേണ്ടിവന്നു.

"ഞാനിപ്പം ഇയാളോടു സംസാരിക്കുന്നത് എസ് ഐ ആയിട്ടല്ല. ഒരു പഴയ ഫ്രണ്ട്.

ഫ്രണ്ട്ഷിപ്പാകുമ്പം അങ്ങോട്ടുമിങ്ങോട്ടും ചില ഹെൽപ്പൊക്കെ ചെയ്യേണ്ടിവരും. ഇയാളെക്കൊണ്ടു സാധിക്കുന്ന ഉപകാരം മാത്രമാണത്. ഒരു സില്ലി മാറ്റർ. പക്ഷേ, ആ ഉപകാരം കൊണ്ട് സൊസൈറ്റിക്കു കിട്ടുന്ന ബെനിഫിറ്റ് ചെറുതല്ല."

എന്താണീശ്വരാ അങ്ങേക്കുവേണ്ടി ഈയുള്ളവൻ ചെയ്തുതരേണ്ടത് എന്ന മട്ടിൽ ഇരുകൈകളും കൂമ്പി നില്ക്കുകയായിരുന്നു ഞാൻ.

"കാര്യം തുറന്നുപറയാം. നാളെ നിങ്ങളുടെ ആർട്സ് ക്ലബ്ബ് പഞ്ചായത്ത് ഗ്രൗണ്ടിൽ കളിക്കാൻ ഉദ്ദേശിക്കുന്ന നാടകം പൊളിക്കണം. അത്ര

തന്നെ! ഒരു വയറിളക്കം, അല്ലെങ്കിൽ ഒരു തലചുറ്റൽ, അതുമല്ലെങ്കിൽ ഒരു മൂത്രക്കടച്ചിൽ. പതിനൊന്നാം മണിക്കൂറിൽ ഇയാൾ കുന്നുംപുറം ഹെൽത്ത് സെന്ററിൽ അഡ്മിറ്റാകുന്നു. ഇയാളെ അഭിനയിക്കാനൊന്നും പ്രത്യേകം പഠിപ്പിക്കണ്ടല്ലോ. മെയിൻ റോളിലുള്ള നടൻ ആശുപത്രിയിലായതുകാരണം നാടകം മാറ്റിവെക്കുന്നു. പകരം പിള്ളാരുടെ സിനിമാറ്റിക് ഡാൻസോ പാട്ടോ കൂത്തോ, എന്തു കുന്തമായാലും ശരി അറേഞ്ചു ചെയ്ത് സംഘാടകർ തടി സലാമത്താക്കുന്നു."

അപ്രതീക്ഷിതമായി കരണക്കുറ്റിക്ക് അടികിട്ടിയതുപോലെ ഞാൻ പുളഞ്ഞു. ശരിക്കും തലചുറ്റലുണ്ടായി എനിക്ക്. എത്രപേർ, എത്രനാൾ ഊണും ഉറക്കവും ഒഴിഞ്ഞ് കെട്ടിപ്പടുത്ത നാടകമാണ്! നാളെയൊന്നാകാൻ കാത്തിരിക്കുകയാണ് അഭിനയക്കാരും അണിയറക്കാരും. റിഹേഴ്സലിനും സെറ്റിങ്സിനും മ്യൂസിക്കിനും മറ്റുമായി പണം പാതിമുക്കാലും ചെലവാക്കിക്കഴിഞ്ഞു. അഞ്ചും പത്തും സംഭാവന നല്കിയ നാട്ടുകാരോടെന്തു സമാധാനം പറയും? നാടുനീളെയുള്ള പരസ്യബോർഡുകളും പോസ്റ്ററുകളും കണ്ട് പഞ്ചായത്തു മൈതാനിയിലേക്ക് ഇടിച്ചുകയറുന്ന പ്രേക്ഷകരോടെന്തു സമാധാനം പറയും? ഏവരേയും വേദനിപ്പിക്കുന്ന ഒരു മഹാപാതകത്തിനു അത്രയൊന്നും എല്ലുറപ്പില്ലാത്ത ഈയുള്ളവൻതന്നെ നിയോഗിക്കപ്പെടുന്നതിലാണ് അത്ഭുതം. അല്ലെങ്കിലും ഇത്തിരിപോന്ന ഒരു പാവം നാടകത്തെ തകർത്തു തരിപ്പണമാക്കിയിട്ട് ഈ മനുഷ്യന് എന്തുകിട്ടാനാണ്? പൊലീസുകാർക്ക് ഇടിച്ചു നിരത്താൻ എന്തൊക്കെ കിടക്കുന്നു ഈ ഭൂമുഖത്ത്!

"പറഞ്ഞാൽ സംഗതിയുടെ സീരിയസ്നെസ്സ് ബോദ്ധ്യപ്പെടുന്നവരോടേ പറയാനൊക്കൂ. നിങ്ങളുടെ നാടകം സ്റ്റേജിലെത്തുകയാണെങ്കിൽ അത് കമ്യൂണൽ റയട്ടിനു വഴിവെക്കുമെന്നു രഹസ്യറിപ്പോർട്ടുണ്ട്. ഹൈലി സെൻസിറ്റീവാണ് നമ്മുടെ സൊസൈറ്റി. ഭാവിയിൽ നാടകം കളിച്ചേ തീരൂ എന്നുണ്ടെങ്കിൽ കഥയിൽ സ്ലൈറ്റ് വേരിയേഷൻ വരുത്താൻ റൈറ്ററോട് പറയണം. ഇതൊന്നും പൊലീസിന്റെ ഫോഴ്സുപയോഗിച്ച് ചെയ്യാൻ പറ്റുന്ന കാര്യങ്ങളല്ല. ചെയ്താൽ ആവിഷ്കാര സ്വാതന്ത്ര്യം, ആനത്തല എന്നൊക്കെ പറഞ്ഞ് സാംസ്കാരിക നായകർ എന്നുവിളിക്കുന്ന വർഗ്ഗം വാളെടുക്കാനും ഉറഞ്ഞുതുള്ളാനും തുടങ്ങും. വലിയ ന്യൂസാകും. അത്ര കണ്ടു പോകാതെ ഇലയ്ക്കും മുള്ളിനും കേടില്ലാത്ത വിധത്തിൽ കാര്യങ്ങൾക്കു സൊല്യൂഷൻ ഉണ്ടാകണം എന്നേയുള്ളൂ."

പെരുമഴപോലെ അയാൾ പെയ്തുകൊണ്ടേ ഇരുന്നു. നനഞ്ഞൊലിച്ചു വിറച്ചു നില്ക്കുന്ന എനിക്കു നാടകം ചെയ്യുന്ന അപരാധം എന്തെന്നുമാത്രം മനസ്സിലായില്ല.

"നോക്കൂ. ഹിന്ദുകഥാപാത്രങ്ങൾ മാത്രമുള്ള നാടകത്തിൽ മർഡർ നടത്താനായി മാത്രം ഒരു മുസ്ലീമിനെ രംഗപ്രവേശം ചെയ്യിക്കുന്നതു ശരിയാണോ? കാണികളുടെ വെറുപ്പും നിന്ദയും ഏറ്റുവാങ്ങുന്ന കഥാപാത്രമായി അയാളെ അവതരിപ്പിക്കണോ? മുസ്ലീമായിപ്പോയി എന്ന ഒറ്റക്കാര

ണത്താൽ അയാളെക്കൊണ്ടു കത്തിയെടുപ്പിക്കണോ? സാഹിത്യത്തിലെയും സിനിമയിലെയും കഥാപാത്രങ്ങളുടെ ജാതിതിരിച്ചും മതം തിരിച്ചുമുള്ള സർവ്വേയും കണക്കെടുപ്പും നടക്കുന്ന കാലമാണിത് എന്ന് നമ്മൾ ഓർക്കണ്ടേ. ഇനി ഇയാൾ വെട്ടിനുറുക്കുന്നതാരെയാ? ദൈവത്തിന്റെ പ്രതിപുരുഷനായി ഹിന്ദുക്കൾ ആരാധിക്കുന്ന വെളിച്ചപ്പാടിനെ. ചോരതിളയ്ക്കാനും പഞ്ചായത്ത് ഗ്രൗണ്ട് ശ്മശാനഭൂമിയാകാനും ഇതിലപ്പുറം എന്തുവേണം. എപ്പോഴും കല്ലേറോ ബോംബേറോ പ്രതീക്ഷിക്കാം. ആദ്യന്തം സ്റ്റേജിൽ നിലയുറപ്പിക്കുന്ന ഇയാൾക്ക് ഒരിക്കലും രക്ഷപ്പെടാൻ കഴിയില്ല. നമ്മളെന്തിനാണു വെറുതേ ആകാശത്തൂടെ പോകുന്ന അടി കോണികയറി വാങ്ങുന്നത്!"

ഞാൻ ജീപ്പിന്റെ ബോണറ്റിൽ ഇരുകൈകളും അമർത്തിപ്പിടിച്ചു നിന്നു. ഒരു ഗ്ലാസ് വെള്ളം കിട്ടിയില്ലെങ്കിൽ ഇപ്പോൾ വീണുപോകും എന്ന തോന്നലുണ്ടായി എനിക്ക്.

"ഒരു പേഴ്സണൽ ഇന്ററസ്റ്റ് കൂടിയുണ്ട് എനിക്ക്. ഇഷ്യൂ ആക്കരുത്. പറയുമ്പോൾ എല്ലാം പറയണമല്ലോ. അതായത് നിങ്ങളുടെ നാടകം പണ്ട് നാട്ടിൽ നടന്നുവെന്നു പറയപ്പെടുന്ന ഇൻസിഡന്റിനെ ബേസ് ചെയ്ത് എഴുതിയതാണെന്ന് അന്വേഷണത്തിൽ അറിയാൻ കഴിഞ്ഞു. ബട്ട് യു സീ. ചരിത്രത്തെ ഇങ്ങനെയല്ല സമീപിക്കേണ്ടത്. വെളിച്ചപ്പാടിനെ വെട്ടിക്കൊന്നു എന്ന് നിങ്ങൾ ആരോപിക്കുന്ന മുതലമുത്തു എന്ന മുത്തലിബ് പൂവുള്ള പറമ്പത്ത് കുഞ്ഞിമൂസയാണെന്നു പകൽവെളിച്ചംപോലെ വ്യക്തമാണ്. പുള്ളി നമ്മുടെ വകേലൊരു റിലേറ്റീവായതുകൊണ്ടല്ല. ഞാൻ വക്കാലത്തുമായി വരുന്നത്. ഒരു ഉറുമ്പിനെപ്പോലും കൊല്ലാൻ മൂപ്പർക്കറിഞ്ഞുകൂടാ. വെളിച്ചപ്പാട് മരണപ്പെട്ട ദിവസം തന്നെ നാടുവിട്ടു പോയി എന്ന ഒറ്റക്കാരണം കൊണ്ട് മർഡറിന്റെ ഉത്തരവാദിത്വം അയാളിൽ കെട്ടിവെക്കുന്നതു ശരിയാണോ? അലഞ്ഞുതിരിഞ്ഞ് നടക്കുന്ന പ്രകൃതക്കാരനായിരിക്കുന്ന കക്ഷി കാലം കുറെക്കഴിഞ്ഞ് ബോംബെ തെരുവിൽക്കിടന്നു മരിച്ചതായി ആരോ കമ്പിയടിച്ച കാര്യം ഞാൻ പറഞ്ഞുകേട്ടിട്ടുണ്ട്."

"അപ്പോ കുന്നുംപുറം യു പിയിലെ ആ അസ്ഥികൂടം?" ഞാൻ ഇടയ്ക്കു കേറി ചോദിച്ചു. അതൊന്നും കേൾക്കാത്ത മട്ടിൽ അയാൾ ചീറിയടിക്കുകയാണ്.

"കല സത്യസന്ധമായിരിക്കും. ഇല്ലാത്ത കാര്യങ്ങൾ ഊതിവീർപ്പിച്ച് സൊസൈറ്റിയുടെ മനസ്സമാധനം നശിപ്പിക്കരുത്. കുഴിച്ചുമൂടിയവയെ വലിച്ചു പുറത്തേക്കിട്ട് ദുർഗ്ഗന്ധം പരത്തരുത്– അതൊക്കെ പോട്ടെ. ആളുകൾ കൊല്ലുകയോ ചാവുകയോ ചെയ്യട്ടെ. അതു തെളിയിക്കാനും ശിക്ഷ വിധിക്കാനും നിങ്ങൾ നാടകക്കാർ ആര്?"

അയാൾ പല്ലുകൾ കൂട്ടിത്തിരുമ്മുന്നതിന്റെ ശബ്ദം ഞാൻ കേട്ടു. എന്റെ കണ്ണുകളിൽ ഇരുട്ട് കയറി.

കാര്യങ്ങൾ സിനിമാക്കഥപോലെ കുഴഞ്ഞുമറിയുകയാണല്ലോ.

ഞാനൊരാൾ നടുക്കടലിൽ ഒറ്റയ്ക്കു വെള്ളം കുടിച്ച്...

"ഞാൻ പഴയ ഫ്രണ്ട്ഷിപ്പ് പുതുക്കാൻ വന്നു. അത്രമാത്രം അറിഞ്ഞാൽ മതി ഇയാളുടെ നാടകസുഹൃത്തുക്കൾ. ഇനിയത്തെ കാര്യങ്ങൾ ഇയാളുടെ മിടുക്കുപോലിരിക്കും. എല്ലാം നല്ല രീതിയിൽ കലാശിച്ചാൽ ഇയാൾക്കു നന്ന്. മറ്റന്നാൾ ആസ്പത്രിയിൽനിന്നു ഡിസ്ചാർജായതിനുശേഷം നമുക്കൊന്നു കൂടണം. പഴയ കാര്യങ്ങളൊക്കെ പറഞ്ഞ് അടിച്ചുപൊളിക്കാം. ഓകെ?"

അയാൾ ജീപ്പിൽ കയറി. ഒന്നുരണ്ടടി പിറകോട്ടു വന്നശേഷം ജീപ്പ് മുന്നോട്ടേക്കു കാതടിപ്പിക്കുന്ന ശബ്ദത്തിൽ കിതച്ചു. നിലാവെളിച്ചത്തെ മായ്ക്കുന്ന വിധത്തിൽ കറുത്ത പുക ചുറ്റും പരന്നു.

എന്നെ കാത്ത് മുഷിഞ്ഞു നില്പായിരുന്ന മറ്റു കഥാപാത്രങ്ങളുടെ ഇടയിലേക്കു പ്രേതത്തിന്റെ പ്രേതം പോലെ ഞാൻ നടന്നു.

കരിമീൻ

പതിനെട്ടാം വാർഡിൽ പൂട്ടിപ്പോയ നെയ്ത്തുകമ്പനിക്ക് പടിഞ്ഞാറുള്ള പാടശേഖരത്തിൽ കുളംകുഴിച്ച് മത്സ്യക്കൃഷി നടത്താൻ ധനസഹായം അനുവദിക്കണമെന്ന് സൗപർണ്ണിക കുടുംബശ്രീ അയൽക്കൂട്ടം സെക്രട്ടറി തങ്കമണിയേച്ചി മൊബൈലിൽ ആവശ്യപ്പെടുമ്പോൾ കുന്നുംപുറം ജനകീയ കലാസമിതിയിൽ നാടകചർച്ചയിലായിരുന്നു സ്റ്റാൻഡിങ് കമ്മിറ്റി മെമ്പർ കൊയ്യാൽ സുരേന്ദ്രൻ. നീണ്ട ഇടവേളയ്ക്കുശേഷം നടക്കുന്ന കലാസമിതി വാർഷികത്തിന് അവതരിപ്പിക്കാനുള്ള നാടകത്തിന്റെ സ്ക്രിപ്റ്റ് പരിശോധന നടക്കുകയാണ്. സുപ്രധാന മീറ്റിങ്ങിൽ പങ്കെടുത്തുകൊണ്ടിരിക്കുകയാണെന്നും അല്പം കഴിഞ്ഞ് അങ്ങോട്ടു വിളിക്കാമെന്നും പറഞ്ഞ് സുരേന്ദ്രൻ ഫോൺ കട്ട് ചെയ്തു.

ഈ തങ്കമണിയേച്ചിക്ക് നൊസ്സ് അല്പം കൂടുതലാണ്. ഇലക്ഷനു മുമ്പ് കുടുംബശ്രീയെക്കൊണ്ടു ചൂടുചോറ് വാരിപ്പിച്ചതു കണ്ടപ്പോൾ സ്ഥാനാർത്ഥി കസേരയിൽ കണ്ണുവെച്ചാണെന്നാണു കരുതിയത്. അരിയുണ്ട നിർമ്മാണം, പഞ്ചായത്ത് കിണറിനടുത്ത് പടവലങ്ങാക്കൃഷി, ഓണത്തിനു വിലക്കിഴിവിൽ പച്ചക്കറിക്കിറ്റ് വിതരണം, ബാലസഭാകുട്ടികൾക്ക് ആഴ്ചതോറും പാല്പായസം, പഞ്ചായത്താസ്പത്രിയിലെ മൂത്രപ്പുര ശുചീകരണം, പഞ്ചായത്താഫീസിനു മുന്നിൽ പൂന്തോട്ടനിർമ്മാണം, കുടുംബശ്രീക്കാർക്ക് ഓരോ മീറ്റിങ്ങിലും കണ്ണുകെട്ടിക്കളിയും കസാരക്കളിയും...

വാർഡ് ജനറലായതിൽപ്പിന്നെ തല്ക്കാലത്തേക്കെങ്കിലും ആവേശം കെട്ടടങ്ങേണ്ടതായിരുന്നു. എന്നാൽ തങ്കമണിയേച്ചി അധികാരമില്ലാതെ തന്നെ നാടിനെ മൊത്തമായി വികസിപ്പിച്ചു കളയാൻ ഒരുങ്ങിപ്പുറപ്പെട്ടിരിക്കുകയാണ്. മുമ്പെങ്ങും കണ്ടിട്ടും കേട്ടിട്ടുമില്ലാത്ത ഓരോരോ ഏടാ

കൂടങ്ങൾ എഴുന്നള്ളിക്കുകയാണ്.

തന്നെ വാർഡ് മെമ്പറാക്കുന്നതിൽ കാര്യമായി ഇടപെട്ട ആളെന്ന നിലയിൽ തങ്കമണിയേച്ചിയുടെ നേരവും കാലവുമില്ലാത്ത ഫോൺവിളികൾക്ക് കാതുകൊടുത്തേ പറ്റൂ. തലയിൽ തോർത്തുചുറ്റി പറശ്ശിനിയിൽപോയി പൈങ്കുറ്റിയും വെള്ളാട്ടവും തിരുവപ്പനയും ഒന്നിച്ചു നേർന്നതുകൊണ്ടാണ് സംവരണത്തിന്റെ കുത്തൊഴുക്കിൽ വാർഡ് ഒലിച്ചുപോകാതിരുന്നത്. ആ കടമ്പ കടന്നുകിട്ടിയപ്പോൾ ഞാഞ്ഞൂലുകൾവരെ പതുക്കെ ഇങ്ങോട്ടിഴയാൻ തുടങ്ങിയതായിരുന്നു. എല്ലാവരും വലിയ വലിയ കിങ്മേക്കർമാരുടെ കാലു തിരുമ്മാൻ പോയപ്പോൾ "കുറെ കാലമായില്ലേ നമ്മള് കയില്കുത്താൻ തൊടങ്ങീറ്റ്" എന്ന് തങ്കമണിയേച്ചിയോടാണു സങ്കടം പറഞ്ഞത്. "ഇതിപ്പം ജനറലായി, അടുത്തത് വനിതെന്യെ. പത്തുകൊല്ലൊന്നും ചൊറീം കുത്തിയിരിക്കാനൊന്നും കഴിയില്ല തങ്കമണിയേച്യേ" എന്നു പറയുമ്പോൾ കണ്ണീർ പൊടിഞ്ഞത് തങ്കമണിയേച്ചി ശ്രദ്ധിച്ചു. അപ്പോൾത്തന്നെ കുറെ കുടുംബശ്രീക്കാരെയും കൂട്ടി അവർ പാർട്ടിയാഫീസിലേക്കു പോകുകയും മറുകണ്ടംചാടൽ ഭീഷണി ഉയർത്തുകയും ചെയ്തു. കൈയോടെ ലിസ്റ്റിൽ പേര് വരുത്തിച്ചതിനു ശേഷമാണ് തങ്കമണിയേച്ചി മടങ്ങിയത്. അത്ര പെട്ടെന്നു മറക്കാൻ പറ്റുന്നതല്ല ഈ ഉപകാരം. നട്ടപ്പാതിരയായാലും നടുറോഡിലായാലും അവരുടെ ഏതാവശ്യങ്ങളും ന്യായാന്യായങ്ങൾ നോക്കാതെ അംഗീകരിച്ചേ പറ്റൂ.

ഇവിടെയാണെങ്കിൽ കെ പി കുന്നുംപുറം താൻ ആറ്റുനോറ്റെഴുതിയുണ്ടാക്കിയ നാടകം വായിക്കുന്നതിനു മുന്നോടിയായുള്ള തൊണ്ടശരിയാക്കൽ തുടങ്ങിയിട്ടേയുള്ളൂ. ഇയാളുടെ അവതരിപ്പിക്കലും അഭിനയിച്ചുകാണിക്കലും അവസാനിക്കുമ്പോൾ നേരം പാതിരയാകുമെന്നുറപ്പാണ്. തന്റെ ചുമലിൽ ഓരോ നിമിഷവും വന്നുവീണുകൊണ്ടിരിക്കുന്ന വികസനഭാരങ്ങളെക്കുറിച്ചൊന്നും ഈ കലാസമിതിക്കാർക്ക് അറിയേണ്ട. നാടകവും അഭിനയവുംകൊണ്ട് എന്തു വിപ്ലവമാണാവോ ഇക്കൂട്ടർ പ്രതീക്ഷിക്കുന്നത്! പണ്ടെങ്ങോ ചില നേരേവാ നേരേപോ വിചാരമുള്ളവർ നാടകമുണ്ടാക്കിക്കളിച്ചത് പ്രസ്ഥാനത്തെ വളർത്താൻ സഹായിച്ചെന്നുവെച്ച് എക്കാലവും അതാവർത്തിക്കുമെന്നു കരുതുന്നത് വിഡ്ഢിത്തമല്ലേ? സ്വാഭാവികമരണം കാത്തുകിടക്കുന്ന കലാസമിതിയെയും കാണികൾ കൈയൊഴിഞ്ഞ നാടകത്തെയും പുനരുജ്ജീവിപ്പിക്കുന്നത് തുരുമ്പ് തൂറ്റുന്നതിനു സമം. അരാഷ്ട്രീയതയുടെ ചെളിക്കുണ്ടിൽനിന്നും ചെറുപ്പക്കാരെ കരകയറ്റാൻ കലാസമിതികൾ സജീവമാക്കുകയാണ് ഏകവഴിയെന്നു പാർട്ടിയിലെ ചില ബുദ്ധിജീവികളുടെ തലയിൽ ഉദിച്ചതാണ്. പക്ഷേ, കലാകാരന്മാരും എഴുത്തുകാരും സംഘംചേർന്നു പാർട്ടിക്കാർക്കെതിരെ ഒളിഞ്ഞുംതെളിഞ്ഞും ആക്രമണം നടത്തിക്കൊണ്ടേയിരിക്കുന്നു. തൊണ്ണൂറ്റൊൻപത് ശതമാനം സോദ്ദേശ്യമെന്നു തോന്നുമെങ്കിലും ഒരു ശതമാനത്തിലാണു കെണി. അങ്കലാപ്പിനും ആശയക്കുഴപ്പ

ത്തിനും അതുമതി. ഒന്നിനെയും വിശ്വസിക്കാൻ പറ്റാത്ത കാലമാണിത്. എവിടെ നോക്കിയാലും വിരുദ്ധാശയങ്ങളുടെ വിഷപ്പാമ്പുകൾ. ഒന്നിനെ പിടിക്കുമ്പോൾ അതിനേക്കാൾ ഗഡാഗഡിയനുണ്ട് മാളത്തിൽ. ഇന്റർനെറ്റിലൂടെയും മൊബൈൽ മെസേജിലൂടെയും അപവാദങ്ങൾ തലങ്ങും വിലങ്ങും ഒഴുക്കിവിടുന്നു. ജനനേതാക്കൾക്ക് പകർച്ചവ്യാധിപോലെ തണ്ടും തലക്കനവും പെരുകുന്നുവെന്നും കുട്ടിനേതാവുപോലും ഇപ്പോൾ ഇരുതോളിലും കുമ്പളങ്ങ തിരുകിവെച്ചപോലെയാണു നടത്തമെന്നും മുഖത്ത് ചിരി തൊട്ടുതെറിപ്പിച്ചിട്ടില്ലെന്നും അസഭ്യമല്ലാത്തതൊന്നും നാക്കിൽ വിളയാടുന്നില്ലെന്നും പാവങ്ങളെക്കാണാൻ കണ്ണില്ലെന്നുംമറ്റും കള്ളപ്രചാരണങ്ങൾ അഴിച്ചുവിടുന്നു. അപചയം, അന്യവർഗ്ഗചിന്ത, അടിവേരുചീയൽ തുടങ്ങിയ പദാവലികൾ മാർക്കറ്റ് പിടിച്ചടക്കിയിരിക്കുന്നു. പേനയുന്തുകാരുടെ താളത്തിനൊത്തു തുള്ളുകയാണ് ജനം. നേതാക്കന്മാരുടെ ശരീരഭാഷയിലും നാക്കുപിഴവിലും പുറത്തുകളിച്ച് പ്രശ്നങ്ങളിൽനിന്നും പ്രത്യയശാസ്ത്രത്തിൽനിന്നും അകറ്റിനിർത്താൻ ബോധപൂർവ്വം ശ്രമം നടക്കുകയാണ്. കഥകളും കവിതകളും പാരവെപ്പുകളും കൊണ്ട് സുലഭം. തല്ലുമാത്രം, തലോടലില്ല. നാടകങ്ങളാണെങ്കിൽ വിഷം പുരട്ടിയ സംഭാഷണങ്ങൾകൊണ്ട് സമൃദ്ധം. ദൃശ്യങ്ങൾ മാറിമറിയുമ്പോൾ എന്തൊക്കെ ദുസ്സൂചനകളാണ് പ്രേക്ഷകന്റെ തലയ്ക്കകത്ത് അടിച്ചുകയറ്റുക എന്നാർക്കറിയാം? മിമിക്രിക്കാരുടെ കളിയാക്കൽ പക്ഷേ, കണ്ടിരിക്കാവുന്നതാണ്. ഒരു കുലുങ്ങിച്ചിരിയിൽ അലിഞ്ഞുതീരുന്നതേയുള്ളൂ അതിലെ കൊള്ളിവാക്കുകൾ. പക്ഷേ, ഒരിക്കലും നമ്പാൻ പറ്റാത്തതാണ് എഴുത്തുകാരുടെയും നാടകക്കാരുടെയും വർഗ്ഗം. പറയാനും എഴുതാനും ഇഷ്ടംപോലെ ഉണ്ടായിട്ടും മറ്റേക്കൂട്ടരുടെ കൊള്ളരുതായ്മകളെപ്പറ്റി ഒരക്ഷരം ഉരിയാടാനോ പേനയുന്താനോ ഇവർ തയ്യാറാവുന്നില്ലെന്നതാണ് ഏറെ സങ്കടം.

വെറുമൊരു വാർഡ്മെമ്പർ വിചാരിച്ചാൽ തടുക്കാവുന്നതല്ല ഈ കുലം കുത്തിയൊഴുക്കൽ എന്നറിയാഞ്ഞിട്ടല്ല. പ്രസ്ഥാനത്തെ പുറകിൽ നിന്നു കുത്തുന്ന പ്രവണത ഫാഷനായി കൊണ്ടുനടക്കുന്ന ഇക്കാലത്ത് തന്റെ വാർഡിലെങ്കിലും അതിനു തടയിടണം. ഇവിടെയുണ്ടാക്കുന്ന ഓരോ ഇലയനക്കവും സൂക്ഷ്മമായി നിരീക്ഷിക്കണം. കലാകാരന്മാരെയും എഴുത്തുകാരെയും പിന്തിരിപ്പൻ വരട്ടുചിന്തയുടെ വലയത്തിൽനിന്നും മോചിതരാക്കണം.

അതുകൊണ്ട് മാത്രമാണ് വാർഡതിർത്തിയിൽ നാടകമുണ്ടാക്കുന്നു എന്നറിഞ്ഞപ്പോൾ നിന്നുതിരിയാൻ നേരമില്ലാതിരുന്നിട്ടും ഒരുപാടുകാലമായി കയറാൻ സാധിക്കാതിരുന്ന കലാസമിതിയുടെ കണ്ടികയറിയത്.

കർട്ടൻ ഉയരുമ്പോൾ സ്റ്റേജിൽ അന്ധകാരം മാത്രം.

കെ പി കുന്നുംപുറം നീണ്ടുനിവർന്നിരുന്ന് വായന ആരംഭിച്ചു.

ന്ക്ക്, ന്ക്ക്, ന്ക്ക്...

മെമ്പറാണ്.

കഥ നടത്തുന്നത് രാത്രി എന്നാണോ ഇതുകൊണ്ട് ഉദ്ദേശിക്കുന്നത്?

തുടങ്ങി ഇടങ്കോലിടൽ. ഇനിയങ്ങോട്ട് ഓരോ വരിയുടെയും അർത്ഥവും ആശയവും വിസ്തരിക്കേണ്ടിവരും. അതിനുള്ള ഒരുക്കത്തിൽത്തന്നെയായിരുന്നു കെ പി കുന്നുംപുറം. കുറേനാൾ ഊണും ഉറക്കവും നഷ്ടപ്പെടുത്തിയാണ് 'കിളിവാതിലിൽ വളകിലുക്കം'. എഴുതിയുണ്ടാക്കിയത്. ആരുടെ കാല് തിരുമ്മിയാലും വേണ്ടില്ല ഇതു വെളിച്ചം കണ്ടേപറ്റൂ. അതുകൊണ്ടാണ് തന്നേക്കാൾ പ്രായംകുറഞ്ഞ ആളായിട്ടും സുരേന്ദ്രാട്ടാ സുരേന്ദ്രാട്ടാ എന്ന് തരംകിട്ടുമ്പോഴൊക്കെ വിളിക്കുന്നത്.

സംശയരോഗിയാണ് സുരേന്ദ്രാട്ടനെന്ന് കെ പി ക്കു നന്നായി അറിയാം. ഇലക്ഷനു മുമ്പ്, തന്നെ ആരൊക്കെയോ തഴയുന്നു എന്നായിരുന്നു സംശയം; സ്ഥാനാർത്ഥിയായപ്പോൾ ഒപ്പം നില്ക്കുന്നവർ തോല്പിക്കാൻ നോക്കുന്നു എന്നായി. ജയിച്ചപ്പോൾ സ്റ്റാന്റിങ് കമ്മിറ്റി ആകാതിരിക്കാൻ ചിലർ കളിക്കുന്നു എന്നായി, എല്ലാം കിട്ടിക്കഴിഞ്ഞപ്പോൾ തന്നെയും പ്രസ്ഥാനത്തെയും അദൃശ്യശക്തികൾ അപകീർത്തിപ്പെടുത്താൻ ശ്രമിക്കുന്നു എന്നായി.

ഇയാളുടെ മുമ്പിൽ നാടകം മുഴുവനും വായിച്ചവതരിപ്പിക്കുക പാറക്കൂട്ടം തള്ളിമാറ്റുന്നതിനേക്കാൾ ദുഷ്കരം. പട്ടി ഇടത്തോട്ടുനോക്കി കുരച്ചു എന്നെഴുതിയാൽ വലത്തോട്ടായാലെന്തു കുഴപ്പം എന്നു ചോദിക്കും. വലത്തോട്ടു നോക്കിയാണ് കുരച്ചതെങ്കിൽ ഇടതിനോട് എന്തിനാണ് അയിത്തമെന്നാകും സംശയം. ഇയാളെക്കൂടാതെ രണ്ടു ബുദ്ധിജീവികൾ സെലക്ഷൻ കമ്മിറ്റിയിൽ കയറിക്കൂടിയതും ആശയങ്കയുളവാക്കുന്ന സംഗതി തന്നെ. അവരെ കൈയിലെടുക്കാൻ പക്ഷേ, എളുപ്പമാണ്. തനിക്കു പോലും മനസ്സിലാകാത്ത ദൃശ്യങ്ങളും ഭാഷാപ്രയോഗങ്ങളും ഇടയ്ക്ക് എഴുതിച്ചേർത്തത് ഇക്കൂട്ടരുടെ പച്ചക്കൊടിക്കുവേണ്ടിയാണ്.

അന്ധകാരം മീൻസ്, സുരേന്ദ്രാട്ടാ അജ്ഞത. അറിവില്ലായ്മ, വേണമെങ്കിൽ അനീതി, ആലസ്യം, അവിശുദ്ധി, അസ്വാതന്ത്ര്യം എന്നിങ്ങനെയെല്ലാം വായിച്ചെടുക്കാം. തമസോമാ ജ്യോതിർഗമയ എന്നുണ്ടല്ലോ. ഇരുട്ടുള്ളിടത്തേ വെളിച്ചത്തിന്റെ ശക്തി അറിയൂ. ഇറ്റീസ് ആൾവേയ്സ് ഡാർക്കസ്റ്റ് ബിഫോർ ദി ഡോൺ. രാത്രി എന്ന ഒറ്റ സംജ്ഞകൊണ്ട് ചുരുക്കാവുന്ന സംഗതിയല്ല അത് സുരേന്ദ്രാട്ടാ. അധികാരത്തിനെതിരെയുള്ള ആദ്യ ചുവടുവെപ്പാണത്. ആകാംക്ഷയുടെ പ്രതിരൂപമാണത്. ആവേശത്തിന്റെ മൂർദ്ധന്യമാണത്. പരിവർത്തനത്തിന്റെ പ്രാഗ്രൂപമാണത്. എന്തിനധികം സുരേന്ദ്രേട്ടാ. കാരക്ടർ, ലൈക്ക് ഫോട്ടോഗ്രാഫ് ഡവലപ്സ് ഇൻ ഡാർക്ക്നസ്.

പെരുമഴ തോർന്നതുപോലെ കെ പി കുന്നുംപുറം നിർത്തി. അതിസങ്കീർണ്ണമായ ലോകതത്ത്വങ്ങൾ ലളിതമായി മനസ്സിലാക്കിക്കൊടുത്ത സംതൃപ്തിയോടെ കെ പി എല്ലാവരുടെയും മുഖത്തു നോക്കി. ബുദ്ധിജീവികളുടെ കണ്ണുവിടർന്നു. പരിവർത്തനം എന്ന ഒറ്റവാക്കിന്റെ ലഹരിയിൽ വാർഡ് മെമ്പർ സ്വയം മറന്നു.

“കൊള്ളാം എക്സലന്റ്, ബാക്കി വായിച്ചോളൂ.”

മതി; ഇനി ഇവന്മാർ തന്റെ വഴിയിൽ വന്നുകൊള്ളും എന്ന വിചാരത്തോടെ കെ പി വായന തുടർന്നു.

... പ്രകാശത്തിന്റെ ചെറുകിരണങ്ങൾ സ്റ്റേജിലേക്ക് എത്തിനോക്കുന്നു. ഒരു പുഴയോരം തെളിഞ്ഞുവരുന്നു. ക്രമേണ വെളിച്ചം സ്റ്റേജിലാകെ പരന്നൊഴുകുന്നു. നട്ടുച്ച...

അത്രയും വായിച്ചശേഷം കെ പി കുന്നുംപുറം ഒരിക്കൽക്കൂടി കമ്മിറ്റി അംഗങ്ങളുടെ മുഖത്തു നോക്കി. ഇതൊക്കെ നമ്മളെത്ര കണ്ടു, കേട്ടു എന്ന മട്ടിൽ താടിയുഴിയുകയാണ് ബുദ്ധിജീവികൾ. വരികൾക്കിടയിൽ, കയറിപ്പിടിക്കാൻ വല്ലതും കുരുങ്ങിക്കിടപ്പുണ്ടോ എന്ന് സൂക്ഷ്മമായി ചികയുകയായിരുന്നു മെമ്പർ.

... നട്ടുച്ച...

കെ പി വായന തുടരുകയാണ്.

...ഒരു പെൺകുട്ടി പ്രവേശിക്കുന്നു. പതിനെട്ടു വയസ്സ്. ചുരിദാറാണു വേഷം. പെൺകുട്ടി പുഴയുടെ വ്യത്യസ്തഭാവങ്ങൾ ആസ്വദിക്കുന്നു. അല്പസമയത്തിനുശേഷം.

പെൺകുട്ടി (തിരിഞ്ഞു പ്രേക്ഷകരോട്) “ഞാൻ പോവുകയാണ്. ഞാൻ പോവുകയാണ്.”

(എന്തോ തീവ്രമായ ദുഃഖം പെൺകുട്ടിയെ പിന്തുടരുന്നുണ്ട്)

പെൺകുട്ടി (പെട്ടെന്ന് ഭാവം മാറ്റി). “അതെ. ഞാൻ പോവുകയാണ്. വോട്ടു ചെയ്യാൻ പോവുകയാണ്. വോട്ടു ചെയ്യാൻ പോകുകയാണ്. (വീണ്ടും മുഖത്ത് ദുഃഖം ഘനീഭവിക്കുന്നു). ഇതെന്റെ ആദ്യ വോട്ട്. ഒരു പക്ഷേ, ഒരുപക്ഷേ, ഇതെന്റെ അവസാനത്തെയും വോട്ടായിരിക്കും. ആദ്യത്തെയും അവസാനത്തെയും വോട്ട്...” (കരയാൻ തുടങ്ങുന്നു).

എല്ലാവരും ആകാംക്ഷയുടെ മുൾമുനയിൽ നില്ക്കവേ, സുരേന്ദ്രന്റെ ഫോൺ പട്ടി കുരയ്ക്കുംമ്പോലെ ഒച്ചവച്ചു.

തങ്കമണിയേച്ചിതന്നെ.

ഛെ, നാടകത്തിൽ ഒളിപ്പിച്ചുവെച്ച മുള്ളും മുരടും മൂർഖൻപാമ്പും കൈയോടെ കണ്ടെത്തിയ നേരത്താണ് നശിച്ച ഫോൺവിളി. ഈ തങ്കമണിയേച്ചിമാരെ വല്ല ഭ്രാന്താസ്പത്രിയിലും കൊണ്ടാക്കാൻ ആളില്ലേ ഈശ്വരാ എന്ന് മനസ്സിൽ പിറുപിറുത്തുവെങ്കിലും ‘പറയൂ തങ്കമണിയേച്ചി’ എന്നു വിനയം കലർത്തി മറുപടി നല്കി.

“നീ ഇങ്ങോട്ടു വിളിക്കാൻ മറക്കും. തെരക്ക് കൂടുമ്പം നേതാക്കന്മാര് അങ്ങന്യാണല്ലോ. അതോണ്ടാ ഞാനിപ്പംതന്നെ വിളിക്ക്ന്ന്. പിന്നേക്ക് വെച്ചാല് മറന്നുപോകും. കുളം കുയ്ച്ച് മീനിനെ പോറ്റ്ന്ന പദ്ധതീനെപ്പറ്റി ഇപ്പം ടീവിന്റാത്ത് ഒരു പരിപാടി ഉണ്ടായിന്. അവര്ടെ പ്രസംഗും പ്രഭാഷണും കേക്കുമ്പം ഇനി നമ്മ വേറൊരു പണിക്കും പോണ്ടാന്ന തോന്നന്ന്. പക്ഷേ, പഞ്ചായത്ത് കാര്യായിറ്റ് സഹായിക്കേണ്ടിവരും.”

തങ്കമണിയേച്ചിയുടെ ആവേശം ഫോണിന്റെ ലൗഡ്സ്പീക്കർ കവിഞ്ഞൊഴുകി.

“ധനസഹായം എത്ര വേണമെങ്കിലും തരാം. ചെലവാക്യാലും ചെലവാക്യാലും തീരാത്തത്ര പണമുണ്ട്. എല്ലാം ലാപ്സായി പോവ്വല്ലേ. പക്ഷേ, തങ്കമണിയേച്ചീ അതല്ല പ്രശ്നം. പൂട്ടിപ്പോയ നെയ്ത്തുകമ്പനിക്ക് പടിഞ്ഞാറുള്ള സ്ഥലത്തിന് ഒര് കൊഴപ്പമുണ്ട്. അത് നെൽവയലാണ്. അവിടെ വേറെന്തെങ്കിലും ഏർപ്പാട് തൊടങ്ങ്യാല് എടങ്ങറാവൂലെ. നാട്ടുകാര് വന്ന് കുളങ്ങൾ മീനടക്കം കൊത്തിമൂടി കൊടികുത്തൂലെ? ആ സമരത്തിന് അഭിവാദ്യം ചെയ്യാനും നമ്മള് പോണ്ടിവരും.”

“നെല്ലായാലും മീനായാലും രണ്ടും കൃഷിതന്ന്യല്ലേ സുരേന്ദ്രാ, രണ്ടും വയറ്റില് പോണ സാധനംതന്ന്യലേ? മാത്രമല്ല അക്കണ്ടത്തില് നെല്ല് കൃഷി ചെയ്യാതായിറ്റ് കാലം കൊറെയായി.”

തങ്കമണിയേച്ചിക്ക് എല്ലാറ്റിനും മറുപടിയുണ്ട്. ഒരുകാര്യം മനസ്സിൽ ഉറപ്പിച്ചാൽ അതു സാധിക്കുന്നതുവരെ അടങ്ങിയിരിക്കില്ല.

“കയ്ചലും മുശുവും പയത്തിയുമൊക്കെ കൃത്രിമായിറ്റ് വളർത്താൻ പറ്റുംന്നാണോ ടി വിക്കാര് പറയ്ണ്?

ആ ജാതി മീനുകളല്ല. കരിമീൻ. ഏത് കാലാവസ്ഥയിലും അതു പെറ്റുപെരുകിക്കോളും. ജീവനോടെ പിടിച്ചു ചെറുതായരിഞ്ഞ് ലേശം കുരുമുളകും മല്ലിയും ചേർത്ത് കറിവെച്ചാൽ ഭയങ്കര ടേസ്റ്റായിരിക്കും. വെളിച്ചെണ്ണയിൽ പൊള്ളിച്ചെടുത്ത കരിമീൻ അടർത്തി അടർത്തി തിന്നാൻ കിട്ട്യാല് ചോറ് പോലും വേണ്ട. ഒറ്റ കരിമീൻകൊണ്ട് വയറ് നെറഞ്ഞോളും.”

നാടകത്തിന്റെ പ്രധാനഭാഗത്തേക്ക് പ്രവേശിക്കുന്നതിനു മുമ്പേ വന്നു ചേർന്ന തടസ്സം കെ പിക്ക് നീരസമുണ്ടാക്കി. ഔചിത്യബോധം തൊട്ടുതീണ്ടിയിട്ടില്ലാത്ത സാധനമാണ് മൊബൈൽഫോൺ. ഇങ്ങനെയൊരാളെ വെയിലത്തു നിർത്തിയിരിക്കുകയാണെന്ന വിചാരം പോലുമില്ലാത്ത ഫോൺ മൂപ്പരേയും കൊണ്ട് കടൽ കടക്കുകയാണ്. കയ്ചലിലും മുശുവിലുമാണ് തുടങ്ങിയത്. ഇനി അയലയും മത്തിയും വരും. ആവോലിയും അയക്കൂറയും വരും. സ്രാവും തിരണ്ടിയും വരും.

ബുദ്ധിജീവികളിലൊരാൾ ആവിയിട്ടു. കുന്നംപുറം വാർഡിൽ നടക്കുന്ന ഏതു മീറ്റിങ്ങിലും ഈ ബുദ്ധിജീവികളുടെ സാന്നിദ്ധ്യം ഉറപ്പാണ്. വന്നപാടേ ഹാജർബുക്കിൽ ഒപ്പിടണം. പിന്നെ ഞങ്ങള് മാവിലായിക്കാരാണെന്ന മട്ടിൽ ദൂരെ മാറിയിരുന്ന് ഉറങ്ങിക്കോളും. ഇടയ്ക്കൊപ്പോഴെങ്കിലും അഭിപ്രായം ചോദിച്ചാൽ ഞെട്ടിയുണർന്ന് സന്ദർഭത്തിനു യോജിച്ചതാണോ എന്നുപോലും നോക്കാതെ ആചാര്യന്മാരുടെ ക്വട്ടേഷനുകൾ തട്ടിവിട്ട് വീണ്ടും കസാരിയിലേക്കു ചെരിഞ്ഞോളും. ഇപ്പോൾ അവർ ഉണർന്നിരുന്നാലും ഉറങ്ങിയാലും ഒന്നും സംഭവിക്കാനില്ല. സുരേന്ദ്രാട്ടൻ ഉണർന്നിരിക്കണം. അയാളുടെ കണ്ണും മൂക്കും ചെവിയുമെല്ലാം നാടകത്തിൽ ആഴ്ന്നിറങ്ങണം.

"ടീവീന്റാത്ത് പറഞ്ഞയാൾക്ക് പന്ത്രണ്ടേക്കർ കണ്ടമുണ്ടത്രേ!"

ചക്കയുടെ വെളഞ്ഞിർപോലെ തങ്കമണിയേച്ചിയുടെ വാക്കുകൾ മൊബൈലിൽ പറ്റിപ്പിടിച്ചിരിക്കുകയാണ്.

"മൂപ്പര് കണ്ടത്തില് കൊറെ കൊളങ്ങളുണ്ടാക്കി.

ലേശം എരുമച്ചാണകോം ലേശം തേങ്ങാപ്പിണ്ണാക്കും അടിവളായി കൊണ്ടിട്ട് വെള്ളം നിറച്ചു. മത്സ്യഫെഡ്ന്ന് അയ്യായിരം മീൻകുഞ്ഞുങ്ങളെ വാങ്ങിക്കൊണ്ടെന്ന് കൊളത്തിലിട്ടു. മൂന്നുകൊല്ലം മുൻപാ തൊടങ്ങ്യത്. ഇപ്പം അയാള് ലക്ഷപ്രഭുവാ. ലക്ഷപ്രഭു. ടീവിന്റാത്ത് ടൈയും കെട്ടിയിരിക്കുന്നത് കണ്ടപ്പം ടാറ്റേന്റീം ബിർലേന്റീം കുടുംബത്തിലെ ആളെപ്പോലെ തന്നീണ്ട്."

വെള്ളത്തിൽ വാലിട്ടടിച്ച് തിരകളുണ്ടാക്കി. ആവേശത്തോടെ ഊളിയിടുന്ന മീനിനെപ്പോലെ തങ്കമണിയേച്ചി.

"ഈ ജനവരീല് മീനിനെകൊണ്ടിടാൻ പറ്റ്യാല് ജൂലായ് ആവുമ്പഴ്ത്തേക്ക് മുട്ടയിടാൻ തൊടങ്ങും. കൊറച്ച് മുള്ളൻപായൽ കൊണ്ടിട്ടാൽ അയ്ന്റെ മോളില് ഇഷ്ടംപോലെ മുട്ടയിട്ടോളും. ചുറ്റും കണ്ടൽച്ചെടികള് നട്ടുപിടിപ്പിച്ചാല് മണ്ണൊലിപ്പ് തടയും ചെയ്യാം. മീൻകുഞ്ഞുങ്ങൾക്ക് ആരീം പേടിക്കാണ്ട് അയ്ന്റെ വേരിന്റുള്ളില് താമസിക്കും ചെയ്യാം. കണ്ടൽ നട്ടുപിടിപ്പിച്ചുന്നൊരു ക്രഡിറ്റും വാർഡിന് കിട്ടും."

തങ്കമണിയേച്ചി പറയുന്നതിൽ കാര്യമുണ്ടെന്നുതോന്നി മെമ്പർക്ക്. ഒരുപക്ഷേ, വാർഡ് വികസനത്തിന്റെ ആണിക്കല്ലായി ഇതിനെ മാറ്റിയെടുക്കാം. പഞ്ചായത്തിലെ മുഴുവൻ വീടുകളിലും കരിമീൻവിഭവങ്ങൾ സപ്ലൈ ചെയ്യുന്നവിധത്തിൽ ഇതിനെ വളർത്തിയെടുക്കാം. ഗ്രീൻകേരളാ എക്സ്പ്രസ് പോലുള്ള പരിപാടി ഇനിയും ഉണ്ടാകുകയാണെങ്കിൽ ഡിഫന്റായിട്ടുള്ള ഈ പദ്ധതിക്ക് പുരസ്കാരം ഉറപ്പ്.

കരിമീൻകൃഷിയെപ്പറ്റിയുള്ള ചോദ്യങ്ങൾക്ക് ശാസ്ത്രജ്ഞരും സിനിമാ താരങ്ങളും ഉൾപ്പെടുന്ന വിധികർത്താക്കളുടെ മുന്നിൽ ആക്ഷൻ ഹീറോവിനെപ്പോലെ തുരുതുരെ മറുപടി നല്കുന്ന ചിത്രം ടെലിവിഷനിലെന്നപോലെ കാണുകയായിരുന്നു കൊയ്യാൽ സുരേന്ദ്രൻ.

"പക്ഷേ, വേറൊരു കുഴപ്പം കൂടിയുണ്ട് തങ്കമണിയേച്ചീ. ന്ങ്ങ കഴിഞ്ഞ കൊല്ലം സോപ്പുണ്ടാക്കി വീട് വീടാന്തരം കൊണ്ട്കൊട്ത്തപ്പം പീട്യക്കാരൻ നാരാണാട്ടൻ പാർട്ടീനേം സർക്കാരിനേം ചീത്തപറഞ്ഞത് ഓർക്ക്ന്നില്ലേ. നാരാണാട്ടന്റീം വീട്ട്കാർടേം വോട്ട് സുന്ദരായി പോയിക്കിട്ടി. അതുപോലെ മീൻകച്ചോടം തുടങ്ങ്യാല് നമ്മളെ കുട്ട്യാപ്ലക്കും മുസ്തഫാക്കും പണിയില്ലാണ്ടാവൂലെ. അതും നോക്കണ്ടെ നമ്മള്? അല്ലേത്തന്നെ ന്യൂനപക്ഷങ്ങൾ മുഴുവൻ നമ്മക്കെതിരായിരിക്ക്വാ ഓരോ കാരണം കിട്ടാൻ കാത്തിരിക്ക്വാ അക്കൂട്ടര്."

വളരെ ആലോചിച്ചാണ് സുരേന്ദ്രൻ ഇതു പറഞ്ഞത്. വോട്ടുചോരുന്ന വഴികൾ അടയ്ക്കേണ്ടതുണ്ട്. എതിരാളിക്ക് ഇപ്രാവശ്യം പ്രതീക്ഷിച്ചതിലധികം വോട്ടു കിട്ടിയതിനു സമാധാനം പറഞ്ഞുമടുത്തു.

കഴിഞ്ഞ ഭരണസമിതിക്കാരും ആൾക്കാരും കണ്ണുംമൂക്കുമില്ലാതെ കാട്ടിക്കൂട്ടിയ ഓരോ തോന്ന്യാസത്തിന്റെയും പാപഭാരം തന്റെ പെരടിക്കായിരിക്കുന്നു. സ്ഥാനാർത്ഥി ജനസമ്മതനല്ലപോലും. വോട്ട് ചോർന്നു എന്നതു നേര്. മറ്റേക്കൂട്ടർക്ക് സിന്ദാബാദ് വിളിക്കുന്ന ഒരുത്തനും വാർഡിൽ കണികാണാനുണ്ടായിരുന്നില്ല. സ്ഥാനാർത്ഥിയാകാൻപോലും ആളില്ലാതെ വന്നപ്പോൾ ആയിരത്തിന്റെ പത്തുനോട്ടുകൾ എണ്ണിക്കൊടുത്തിട്ടാണ് എങ്ങോ ഉള്ള ഒരു പച്ചപ്പാവത്തെ അറവുമാടിനെപ്പോലെ ഇങ്ങോട്ട് കെട്ടിക്കൊണ്ടുവന്നതെന്ന് നാട്ടിൽ പാട്ടാണ്. പണവും വാങ്ങി വീട്ടിൽത്തന്നെ കുത്തിയിരുന്നു. വാർഡിന്റെ അതിർത്തി അറിയില്ല. ഒരു വീട്ടിലും കയറിയില്ല. ഒരു വോട്ടറേയും കണ്ടില്ല, നോട്ടീസോ പോസ്റ്ററോ ഒട്ടിച്ചില്ല. സ്ലിപ്പ് കൊടുത്തില്ല. ബൂത്തിൽ ഇരുന്നില്ല. എന്നിട്ടും വോട്ടെണ്ണിയപ്പോൾ ഇഞ്ചോടിഞ്ചു പോരാട്ടം. കഷ്ടിച്ച് രക്ഷപ്പെടുകയായിരുന്നു. എല്ലാവരും ചേർന്ന് മുൻകൂട്ടി പ്ലാൻ ചെയ്ത് പകവീട്ടിയതുപോലെ.

പുതിയ വീട് കിട്ടിയവരുണ്ട്. പഴയത് മാറ്റിപ്പണിയാൻ പണം കിട്ടിയവരുണ്ട്, പശുവിനെ കിട്ടിയവരുണ്ട്, ആടിനെയും കോഴിയെയും കിട്ടിയവരുണ്ട്. അരിയും പയറും കിട്ടിയവരുണ്ട്. ഒന്നും കിട്ടാത്തവരായി ഒരുത്തനുമില്ല. എന്നിട്ടും വോട്ടുചെയ്ത് അപ്പർത്ത്. നന്ദികെട്ടവർഗ്ഗം. എല്ലാം വാങ്ങിവാങ്ങിക്കൊണ്ടുപോയിട്ടും കുറ്റം പറയാൻ വാക്കിന് പഞ്ഞമില്ലതാനും. മീനായ മീനെല്ലാം നങ്കിന്റെ പുറത്ത്. നയമോ പരിപാടിയോ വികസനകാഴ്ചപ്പാടോ ഇല്ലാത്ത മറ്റേക്കൂട്ടർക്ക് ഒരു കുഴപ്പവുമില്ല. അവർ കൈനനയാതെ മീൻപിടിച്ചു ഇനിയിപ്പം. വലിയ തിരഞ്ഞെടുപ്പ് വരാനുണ്ട്. അതിനിടയിൽ ജനത്തിന് ഇഷ്ടക്കേടുണ്ടാക്കുന്നതൊന്നും ചെയ്തുകൂടാ. ഓരോരുത്തരുടെ വാക്കുകേട്ട് അപ്പുറവും ഇപ്പുറവും നോക്കാതെ ഓരോന്നിന് ഇറങ്ങിപ്പുറപ്പെട്ടാല് മെയ് മാസം അണ്ടിപോയ അണ്ണാക്കൊട്ടന്മാരാവും.

"അയ്നക്കുറിച്ചൊന്നും ബേജാറാവണ്ട. സുരേന്ദ്രാ. നമ്മള് മീൻ ഉണ്ടാക്കാമത്രെ ചെയ്യുന്നുള്ളൂ. വില്ക്കുന്നത് കുട്ട്യാപ്ലയും മുസ്തഫയും തന്ന്യാ. കടപ്പുറത്തെ അയലയ്ക്കും മത്തിക്കുമൊപ്പം നാട്ടുമ്പുറത്തെ കരിമീനും. ഓർക്കത് ലാഭം കിട്ട്ന്ന കാര്യാരിക്കും. കൂടുതല് ഉണ്ടാക്കാൻ പറ്റ്യാല് അടുത്ത പഞ്ചായത്തിലും ജില്ലേല് മൊത്തായിറ്റും വില്ക്കാൻ പറ്റും. കുറ്റ്യാട്ടൂർ മാങ്ങ, മലപ്പുറം കത്തി, ആറന്മുള കണ്ണാടി എന്നൊക്കെ പറയുമ്പോലെ നമ്മക്ക് കുന്നുംപുറം കരിമീൻ എന്താ വിജയിക്കൂലാന്ന് തോന്ന്ണ്ടാ സുരേന്ദ്രാ. മനക്കോട്ട കെട്ടാന്ന് വിചാരിക്കണ്ട. എല്ലാഭാഗത്ത്ന്നും ഹെൽപ്പ് കിട്ട്യാല് മറ്റ് സംസ്ഥാനങ്ങളില്വരെ നമ്മുടെ കരിമീൻ എത്തിക്കാൻ പറ്റും. ആന്ധ്രേന്നും ബംഗാൾന്നും അരി ഇറക്കുമ്പോലെ ആടത്തേക്ക് കുന്നുംപുറം കരിമീൻ കേറ്റിവിടാൻ പറ്റ്യാല്.

ഒന്നാലോയിച്ച് നോക്ക്യാട്ടെ, നമ്മളെപിടിച്ചാകിട്ട്വോ?"

ഓരോ തടസ്സങ്ങളും തട്ടിമാറ്റി തങ്കമണിയേച്ചി മുന്നേറുകയാണ്. അവരുടെ വാക്കുകൾ സുരേന്ദ്രനിലും ആവേശിക്കാൻ തുടങ്ങിയിരിക്കുന്നു.

ഇത് നടക്കും. നടക്കണം. എങ്കിലും ഇതു കേൾക്കുമ്പോൾ ഭരണസമിതിയിലെ മറ്റ് അംഗങ്ങളുടെ മുഖം ചവിട്ടിക്കുഴച്ച ചെളിപോലെയാവും എന്നുറപ്പ്.

‘‘എനിക്ക് നൂറു ശതമാനം സമ്മതം തങ്കമണിയേച്ചീ, ചില കോർണറ്ന്ന് എതിർപ്പുണ്ടായാലാണ് പ്രശ്നം.”

“എതിർക്കുന്നോരുടെ മുനയൊടിക്കലാണ് ന്ങ്ങളെപ്പോലത്താൾടെ മിടുക്ക്. മുട്ടപൊട്ടിക്കാണ്ട് ഓംലെറ്റ് ഉണ്ടാക്കാൻ പറ്റ്വോ? ന്ട്ടപ്രാണൻ മറുപടി തരണംന്നല്ല ഞാൻ പറീന്ന്. എല്ലാരീംപറഞ്ഞ് മൻസിലാക്കീറ്റ് മതി. പറീമ്പം വിസ്തരിച്ച് പറഞ്ഞ് കൊടുക്കണം. ഓർക്കാട്ടീല്ലത്തെ മൂന്നോ നാലോ നമ്പൂരിമാരൊഴിച്ച് മീൻകൂട്ടാത്ത ആരും നമ്മുടെ വാർഡിലില്ല. എല്ലാർടീം വയറ്റ് പോന്നകാര്യമല്ലേ നമ്മ ചെയ്യ്ന്ന്. അതിനെ പോറ്റാനായിട്ട് പ്രത്യേകിച്ചൊന്നും നമ്മള് ചെയ്യണ്ട. ലേശം പൂളപ്പൊടിയോ കടലപ്പിണ്ണാക്കോ അതും കിട്ടിയില്ലെങ്കിൽ നമ്മുടെയൊക്കെ വീട്ടിൽ വെയ്സ്റ്റാക്കി കളയ്ന്ന പഴഞ്ചോറോ പച്ചക്കറിത്തൊണ്ടോ ഇടയ്ക്കിടയ്ക്ക് ഇട്ടുകൊടുക്ക്യേ വേണ്ടൂ. മീൻ കൺമുന്ന്ന് ശടപടന്ന് വെല്താ‌യിക്കോളും. മുപ്പെത്തിയാൽ ഒന്നിന് ഒന്നൊന്നര കിലോ തൂക്കണ്ടാകും. കിലോക്ക് മുന്നൂറ് മുന്നൂറ്റമ്പത് രൂപാ വരെ വിലകിട്ടും. ഏതു കൊച്ചുപിള്ളാർക്കും കൈവലയോ ഉറിവലയോ ഉപയോഗിച്ച് ഇതിനെ പിടിക്കാം. ചൂണ്ടയിടാൻ താല്പര്യമുള്ളോർക്ക് അങ്ങനേം പിടിക്കാം. ചുള്ളിക്കമ്പുകൾകൊണ്ടും തൂപ്പിട്ടും പിടിക്കാം. വെറും കൈകൊണ്ട് തപ്പിപ്പിടിക്കാം. വീട്ടിലെ കണ്ണാടിപ്പെട്ടിയിൽ കണ്ണിമീൻ പോറ്റുന്ന അത്രയും കരുതലേ വേണ്ടൂ. വിശാലമായ പാടശേഖരത്തിൽ പതിനായിരക്കണക്കിന് കരിമീനുകളെ പോറ്റാൻ. അസൂയക്കാരല്ലാതെ മറ്റാരും എതിര് നില്ക്കൂന്ന് തോന്ന്ന്നില്ല.”

തങ്കമണിയേച്ചിയുടെ വാക്കുകൾക്കു മുന്നിൽ തടുപ്പോറില്ല. കുന്നുംപുറം പാടശേഖരത്തിൽ കരിമീൻ വിളയിച്ചേ അടങ്ങൂ എന്ന നിശ്ചയദാർഢ്യമുണ്ട് സംസാരത്തിൽ. അവരെ പിന്തിരിപ്പിക്കാൻ ഇനി ആർക്കുമാവില്ല.

“പരിഗണിക്കാം തങ്കമണിയേച്ചീ. പ്രസിഡന്റിനെ സംഗതി ബോദ്ധ്യപ്പെടുത്തട്ടെ. ഗ്രാമസഭയിൽ പേരിനൊരു മിനുട്സാക്കണം. അതിനെടേല് എഡി എസുകാർടോം സിഡി എസുകാർടേം പർമിഷൻ വാങ്ങ്ന്ന കാര്യം തങ്കമണിയേച്ചി നോക്കിക്കോൾണം. പിന്നെ തങ്കമണിയേച്ചിയോട് ഒർകാര്യം പറയാം. ഞാനിപ്പം മെമ്പറായിട്ട് അത്രേം നാളല്ലേ ആയുള്ളൂ. പഞ്ചായത്തുരീതിയൊക്കെ പഠിച്ച് വര്ന്നല്ലേയുള്ളൂ. എട്പിടീന്ന് ഓരോന്ന് ചെയ്യുമ്പം ഇരുന്നിട്ട് പോരെ കാൽനീട്ടൽ എന്ന് മറ്റുള്ളോര് പരിഹസിച്ചാലോ? അതുകൊണ്ട് സമയവും സന്ദർഭും നോക്കി ഞാൻ സംഗതി പാസാക്കിയെടുത്തോളാം ഓകെ?”

സുരേന്ദ്രൻ ഫോൺ കട്ട് ചെയ്തു. ആഴമുള്ള കിണറ്റിൽ വീണുപോയ പൂച്ചയെ മുങ്ങിയെടുത്ത് രക്ഷപ്പെടുത്തിയ അഭിമാനത്തോടെ

അയാൾ നിവർന്നിരുന്നു കുറച്ചുനേരം നിശ്ശബ്ദനായി. പരിസരബോധം വീണ്ടുകിട്ടാൻ അല്പംകൂടി സമയമെടുത്തു.

"നമ്മളെവിട്യാ നിർത്ത്യത് കെ പി?"

കെ പി നാടകത്തിൽനിന്നു പിടിവിട്ടുപോയിരുന്നു. വായിച്ചു നിർത്തിയിടത്ത് വിരൽതൊട്ടുവെച്ചിരുന്നെങ്കിലും ഇടയ്ക്കെപ്പോഴോ കൈ തെന്നിപ്പോയി.

താൻ ജീവൻ കൊണ്ടെഴുതിയ നാടകത്തെ ഇങ്ങനെ കഷണം കഷണമായി മുറിക്കുന്നതിൽ നീരസം തോന്നാതിരുന്നില്ല.

"പെൺകുട്ടി പ്രേക്ഷകരോട് വോട്ട് ചെയ്യുന്ന കാര്യം പറഞ്ഞല്ലോ. നോക്ക് ഞാൻ ഓപ്പൺമൈന്റ് പ്രകൃതക്കാരനാണ്. അതുകൊണ്ട് പെൺകുട്ടിയുടെ ഡയലോഗുകൾ ജനാധിപത്യത്തെ ഇൻസൾട്ട് ചെയ്യുന്നതല്ല എന്നു കരുതാനാണെനിക്കിഷ്ടം. പക്ഷേ, ചില പ്രേക്ഷകർക്ക് അപ്രകാരം ഫീൽ ചെയ്യണമെന്നില്ല. എന്താ ശരിയല്ലേ?"

"നാടകം ജസ്റ്റ് സ്റ്റാർട്ട് ചെയ്തതല്ലേ ഉള്ളൂ സുരേന്ദ്രാട്ടാ. ഇനിയങ്ങോട്ടുള്ള ഭാഗംകൂടി കാണുമ്പോ സുരേന്ദ്രാട്ടന്റെ ആശങ്ക അവസാനിക്കും ഒറപ്പാ. ദാ ഞാൻ വായിക്കാം."

പെൺകുട്ടി കരഞ്ഞുകൊണ്ട് പുഴയോരത്തെ തെങ്ങുചാരി അകലേക്കു നോക്കിനില്ക്കുന്നു. ഒരു ചെറുപ്പക്കാരൻ പ്രവേശിക്കുന്നു. പാന്റും ഷർട്ടുമാണു വേഷം. പെൺകുട്ടിയെ കണ്ടപാടേ പരുങ്ങുന്നു. തിരിഞ്ഞു നടക്കാൻ ശ്രമിക്കുന്നു. പെൺകുട്ടി അതു മനസ്സിലാക്കുന്നില്ല.

പെൺകുട്ടി (സന്തോഷത്തോടെ) രാജേട്ടാ...

ചെറുപ്പക്കാരൻ (മുഖത്ത് കൃത്രിമമായ സന്തോഷം വരുത്തി അടുത്തുചേർന്നുനിന്നുകൊണ്ട്) കാഞ്ചനേ...

പെൺകുട്ടി: ബാഹ്യലോകവുമായി ബന്ധപ്പെടാൻ കഴിയാത്തവിധത്തിൽ അച്ഛൻ എന്നെ മുറിക്കകത്തു തടവിലാക്കിയിരിക്കുകയാണ് രാജേട്ടാ...

ചെറുപ്പക്കാരൻ (അകലേക്കു നോക്കി): എല്ലാം നമ്മുടെ വിധി!

പെൺകുട്ടി: കാരാഗൃഹത്തിൽ കഴിയുന്ന എന്നെ വോട്ടുചെയ്യാൻ വേണ്ടി മാത്രം അല്പസമയം തുറന്നുവിട്ടിരിക്കയാണ് രാജേട്ടാ... എനിക്കുചുറ്റും നിരീക്ഷണവലയമുണ്ട്. അവരുടെ കണ്ണുവെട്ടിച്ചാണ് രാജേട്ടാ ഞാൻ നമ്മൾ മുമ്പ് എല്ലാം സായാഹ്നങ്ങളിലും സംഗമിക്കാറുള്ള ഈ പുഴയോരത്ത് എത്തിച്ചേർന്നത്.

പെൺകുട്ടി (ചെറുപ്പക്കാരൻ നിശ്ശബ്ദനാണ്): അന്നത്തെ നീലനിശീഥിനിയിൽ ആയിരം നക്ഷത്രങ്ങളെ സാക്ഷിനിർത്തി രാജേട്ടൻ എനിക്കു തന്ന ജീവന്റെ തുടിപ്പുള്ള സമ്മാനം ആശുപത്രിയുടെ ചവറ്റുകൊട്ടയിൽ നിർദ്ദാക്ഷിണ്യം വലിച്ചെറിയാൻ ആവശ്യപ്പെട്ടതുമുതൽ എന്റെ ഹൃദയം പിടയുകയാണ് രാജേട്ടാ..

(ചെറുപ്പക്കാരൻ വിദൂരതയിലേക്കു കണ്ണുനട്ടിരിക്കുന്നു)

പെൺകുട്ടി: എന്റെ പൊന്നുരാജേട്ടനെ കൺനിറയെ കാണാൻ കഴി

ഞ്ഞെങ്കിൽ എന്ന ആഗ്രഹവുമായാണ് രാജേട്ടാ ഞാൻ വോട്ടു ചെയ്യാൻ ഇറങ്ങിത്തിരിച്ചത്. തിരഞ്ഞെടുപ്പിൽ ആരു വിജയിച്ചാലും നമ്മുടെ പ്രേമം വിജയിക്കണം.

വിജയിച്ചേ പറ്റൂ.

ചെറുപ്പക്കാരൻ (വിദൂരതയിൽനിന്നു കണ്ണെടുക്കാതെ): വിധിയുടെ നിർദ്ദയമായ ചുഴിയിൽ അകപ്പെട്ടുപോയ രണ്ടു മത്സ്യക്കുഞ്ഞുങ്ങളാണ് നാം.

പെൺകുട്ടി: ഏതു വിധിയും നേരിടാൻ ഞാൻ ഒരുക്കമാണ്. എന്റെ രാജേട്ടൻ കൂടെയുണ്ടെങ്കിൽ (ചേർന്നു നില്ക്കുന്നു). ആധി പെരുകുകയായിരുന്നു രാജേട്ടാ അല്പം മുമ്പുവരെ എന്റെ മനസ്സിൽ. വേണ്ടാത്തത് പലതും ഞാൻ ചിന്തിച്ചുപോയി (കരയുന്നു)

ചെറുപ്പക്കാരൻ (കവിളിലൂടെ ഒലിച്ചിറങ്ങുന്ന കണ്ണീർ തുടയ്ക്കാൻ സഹായിച്ചുകൊണ്ട്) കരയരുത് കാഞ്ചനേ, കരയരുത് (ആശ്ലേഷിക്കുന്നു. പെട്ടെന്നു പിടിവിട്ട്) അയ്യോ വല്ലവരും കാണും.

പെൺകുട്ടി (കെട്ടിപ്പിടിച്ചുകൊണ്ട്): കാണട്ടെ, എല്ലാവരും കാണട്ടെ. എനിക്കു രാജേട്ടനും രാജേട്ടനു ഞാനും മാത്രമേയുള്ളൂ എന്ന് എല്ലാവരും അറിയട്ടെ. ലോകം മുഴുവൻ അറിയട്ടെ.

ചെറുപ്പക്കാരൻ: കാഞ്ചനയുടെ വീട്ടുകാർ കണ്ടാൽ...

പെൺകുട്ടി: കണ്ടാലെന്താ? പ്രായപൂർത്തിയായ പെണ്ണാണു ഞാൻ. വോട്ടുചെയ്യാൻ മാത്രമല്ല ജീവിതപങ്കാളിയെ തെരഞ്ഞെടുക്കാനുള്ള അവകാശവും എനിക്കുണ്ട്. ഞാനതു നിറവേറ്റും (ഭാവം മാറ്റി). നമുക്കു നമ്മുടേതായ ലോകത്തിൽ വിഹരിക്കാം രാജേട്ടാ. എത്രയും പെട്ടെന്ന് എനിക്കു രാജേട്ടന്റേതുമാത്രമായി മാറണം. ഇപ്പോൾത്തന്നെ എന്നെ കൊണ്ടുപോകണം. ഞാനിതാ ലോകത്തിന്റെ ഏതറ്റംവരെയും വരാൻ തയ്യാറാണ്.

മെമ്പറുടെ കീശയിൽനിന്ന് അപ്പോഴേക്കും ഫോണിന്റെ ദയാരഹിതമായ കുരച്ചുചാടൽ ഉണ്ടായി. എരിവും പുളിയും മസാലയും ചേർത്തു പൊളിച്ചെടുത്ത നാടകത്തിന്റെ കഷണം നൊട്ടിനുണയാൻ തുടങ്ങിയിട്ടേയുള്ളൂ. അതു കാക്ക തട്ടിപ്പറിച്ചെടുത്തതുപോലെ നാശം പിടിച്ച മൊബൈൽഫോൺ!

തങ്കമണിയേച്ചിതന്നെ.

"ഒരു കാര്യം പറയാൻവിട്ടു സുരേന്ദ്രാ. സംസ്ഥാന മത്സ്യമായി കരിമീനിനെ തെരഞ്ഞെടുത്ത വിവരം ബോർഡ് മീറ്റിങ്ങില് ഓർമ്മിപ്പിക്കണം. ന്ങ്ങള് സത്യപ്രതിജ്ഞ ചെയ്ത അതേ കേരളപ്പിറവി ദിവസം അങ്ങനെയൊരു തീരുമാനവും ഉണ്ടായിന്."

"ഓകെ, ഓകെ" എന്നു പല ടോണിൽ മറുപടി പറഞ്ഞ് മെമ്പർ ഫോൺ കട്ട് ചെയ്തു.

ബുദ്ധിജീവികളുടെ ഇടതടവില്ലാതെ ഉയരുന്ന കൂർക്കംവലിയൊച്ച നിഷ്പ്രഭമാക്കുന്നവിധത്തിൽ കെ പി കുന്നുംപുറം *കിളിവാതിലിൽ വള കിലുക്കം* തുടർന്നു കേൾപ്പിക്കാൻ തുടങ്ങി.

വിരലുകൾ

ഇനിയും വരും ഇവൾ അഗ്നിയായ് എന്ന നാടകത്തിന്റെ ഫൈനൽ റിഹേഴ്സൽ കുന്നുംപുറം ജനകീയ കലാസമിതിയിൽ അവസാനിക്കുമ്പോൾ സന്ധ്യ കഴിഞ്ഞിരുന്നു. ഞരമ്പുകൾ വലിച്ചുമുറുക്കിയ അംഗചലനങ്ങൾക്കും കത്തിവാൾ മൂർച്ചയുള്ള ഡയലോഗുകൾക്കുംശേഷം കാറ്റഴിച്ചുവിട്ട റബ്ബർട്യൂബ് പോലെ അഭിനയക്കാർ അയഞ്ഞു. ഒരു ഗ്ലാസ് തണുത്ത വെള്ളം സെക്രട്ടറിയോടാവശ്യപ്പെട്ട് സംവിധായൻ മടക്കുകസാര നിവർത്തി, ചാരിയിരുന്നു കണ്ണുകളടച്ചു. ഉപദേശകനിർദ്ദേശങ്ങൾക്കായി ക്ഷണിച്ചുവരുത്തിയവർ അവർക്കു ലഭിച്ച തുണ്ടു കടലാസുകളിൽ എന്താണെഴുതേണ്ടതെന്ന് ആലോചിച്ചുകൊണ്ടിരുന്നു.

“ഇതുകൊണ്ടുമാത്രം എല്ലാം അവസാനിച്ചുവെന്ന് ആരും കരുതേണ്ട, എണ്ണിയെണ്ണി കണക്കുതീർക്കാൻ ആയിരം നാവുള്ള അഗ്നിയായ് ഇവൾ ഇനിയും വരും, ഇനിയും വരും, ഇനിയും വരും” എന്നു കാണികളുടെ നേർക്കു വിരൽചൂണ്ടി ആക്രോശിച്ചുനില്പായിരുന്ന സാവിത്രിക്ക് സരളയാവാൻ അല്പംകൂടി സമയമെടുത്തു. ചൂണ്ടിയ വിരൽ ആകാശത്തുതന്നെ തങ്ങിനിന്നു. വിരലിലേക്കു കേന്ദ്രീകരിച്ചിരുന്ന ലൈറ്റ് അണഞ്ഞിട്ടും ചൂടു മാറിയിരുന്നില്ല. ബോധത്തിലേക്കു തിരിച്ചുവന്നിട്ടും അതു തന്റെ വിരൽതന്നെയോ എന്ന് അവൾക്കു സംശയമുണ്ടായി.

പൊടുന്നനെ വിരൽമടക്കി കൈ താഴ്ത്തി എന്തോ ഓർത്തിട്ടെന്നപോലെ ഓടിവന്നു ജനലഴികൾക്കിടയിലൂടെ പുറത്തേക്കുനോക്കി. ‘ഈശ്വരാ! ഇത്രയായോ നേരം’ എന്ന് ആരോടെന്നില്ലാതെ പറഞ്ഞു. വേവലാതിയോടെ ഓടിക്കൊണ്ട് മേശപ്പുറത്തുവെച്ചിരുന്ന കർച്ചീഫെടുത്തു. അതിന്റെ അറ്റത്ത് ഒരു കുഞ്ഞു തുണിപ്പാവയുടെ തലപോലെയുണ്ടായിരുന്ന കെട്ടഴിച്ചു. തുട്ടുകളിൽനിന്ന് ഒരു രൂപായെടുത്തു വരാന്തയിലുള്ള

കോയിൻ ബോക്സിനടുത്തേക്കോടി. "ശാരദേച്ചീ, ഇതു ഞാനാ, തെക്കേ വീട്ടിലെ സരള, ഒന്ന് അമ്മേന്യോ. അച്ഛന്യോ ആടത്തേക്കു വരാമ്പറ യോ. കൊറച്ച് കയ്ഞ്ഞ് പിന്നേം വിളിക്കാം." എന്നു തെല്ലു സങ്കോച ത്തോടെ പറഞ്ഞൊപ്പിച്ചു.

ഈ ഇരുട്ടത്തു ടോർച്ചുമെടുത്ത് ശാരദേച്ചിക്കു വീട്ടിൽപ്പോയി വിവരം പറയുക പ്രയാസമാണെന്നറിയാഞ്ഞിട്ടല്ല. പിള്ളേരൊന്നും പറഞ്ഞാൽ കേൾക്കില്ല. അവരുടെ ചെറുപ്പക്കാരികളായ അമ്മമാർ 'ശിപായിപ്പണി ക്കൊന്നും നമ്മളെ കിട്ടില്ല' എന്ന മട്ടിൽ മുഖംകോട്ടി തിരിഞ്ഞുനടക്കും. മനസ്സിൽ എത്ര പിരാകിയാലും നീരുവന്നുവീർത്ത കാലുകൊണ്ട് ശാര ദേച്ചിതന്നെ ഏന്തിവലിഞ്ഞുപോകും.

അല്പം കഴിഞ്ഞു വീണ്ടും കോയിനിടുമ്പോൾ സെക്രട്ടറി അയ്യോ ഞാൻ മൊബൈൽ തരുമായിരുന്നല്ലോ എന്ന് ഓടിവന്നു പറയുകയു ണ്ടായി. അതു ശ്രദ്ധിക്കാതെ ശാരദേച്ചിയുടെ നമ്പറിൽ വിരലമർത്തി. സെക്രട്ടറി ആ വിരലുകളിലേക്കു നോക്കിപ്പോയി. ആധിയും അസ്വസ്ഥ തയും അരക്ഷിതബോധവും വിരലുകളിലേക്ക് ഊർന്നിറങ്ങിയപോലെ... അഭിനയിക്കുമ്പോഴുണ്ടായിരുന്ന ഉശിരും ഊർജ്ജവും ആ വിരലുക ളിൽനിന്നു ചോർന്നുപോയിരിക്കുന്നു.

ഫോണെടുത്തത് അമ്മ. ആ കുരിപ്പുകാലനെ ഇന്നും കെട്ടിക്കൊ ണ്ടന്നത് നാലുകാലിലാണെന്നും കൂട്ടാനും കിഴിക്കാനും വരാൻ ഇവിടെ ഒരുത്തനുമില്ലെന്നും നട്ടപ്പാതിരയായിട്ടും കുടിയടങ്ങാതെ നാട്ടുകാരെ ക്കൊണ്ട് അതുമിതും പറയിപ്പിക്കാനാണു ഭാവമെങ്കിൽ ചെവിക്കുറ്റി ഞാന ടിച്ചു പൊട്ടിക്കുമെന്നും അമ്മ പറഞ്ഞു. അഴിഞ്ഞാട്ടക്കാരിയാകാനാണോ പൊറപ്പാട്, ഇത് അന്യവീടായിപ്പോയി. എന്റെ നാക്ക് തേച്ചും പൊറത്തെ ട്പ്പിക്കണ്ട. ബാക്കി ഇങ്ങോട്ട് എഴുന്നള്ളിയശേഷം തരാം എന്നിങ്ങനെ കലമ്പൽ തുടർന്നപ്പോൾ ക്ഷമകെട്ടതുപോലെ ഫോൺ മൂളിമൂളി വാണിങ് കൊടുത്തു. ചീത്തപറയൽ മൂർദ്ധന്യത്തിലെത്തിയപ്പോൾ 'ഫ തള്ളേ' എന്ന മട്ടിൽ ഫോൺ സ്വയം കട്ടായി.

എങ്ങനെയാണ് ഈ ഇരുട്ടത്ത് ഇത്രയും ദൂരം ഒറ്റയ്ക്ക് നടന്നുപോ വുക എന്നാലോചിച്ചപ്പോൾ സരളയുടെ കാലിനടിയിൽനിന്നു മൂർദ്ധാവു വരെ എന്തോ ഇരച്ചുകയറി. രചയിതാവ്, സംവിധായകൻ, അഭിനേതാ ക്കൾ, ടെക്നീഷ്യന്മാർ, കലാസമിതി ഭാരവാഹികൾ, പ്രത്യേക ക്ഷണി താക്കൾ എന്നിങ്ങനെ പത്തിരുപത്തിയഞ്ച് ആണുങ്ങൾ ചുറ്റിലുമുണ്ട്. ആരാണ്, അച്ഛന്റെയോ ആങ്ങളയുടെയോ റോളെടുത്തു കൂടെ വരാൻ തയ്യാറാകുക എന്ന് ആലോചിച്ചു നില്ക്കവേ, സെക്രട്ടറി, ഒരു ഓട്ടോ ഏർപ്പാടാക്കിയാൽ, ഒറ്റയ്ക്ക് പോകാമോ എന്നു ചോദിച്ചു. പരിചയമുള്ള ഓട്ടോക്കാരനാണെങ്കിൽ പോകാമെന്നു മറുപടി പറഞ്ഞപ്പോൾ ജോയിന്റ് സെക്രട്ടറി ദിനേശന്റെ എളേപ്പന്റെ മോനാണ്, പയ്യനാണ്, ശുദ്ധനാണ് അച്ചടക്കമുള്ളോനാണ് എന്നൊക്കെ ആശ്വസിപ്പിച്ചു.

ദിനേശൻ എളേപ്പന്റെ മോന്റെ നമ്പറിൽ പലവട്ടം അമർത്തിയിട്ടും

പരിധിക്ക് പുറത്തേക്കു കൊണ്ടുവരാനായില്ല. ഇനിയെന്താണൊരു വഴി എന്ന് ആലോചിച്ച് സെക്രട്ടറി അങ്ങോട്ടുമിങ്ങോട്ടും നടന്നു. ഇവിടെ നാടകത്തിന്റെ ശക്തിദൗർബല്യങ്ങളെക്കുറിച്ചു ഡിസ്കഷൻ നടത്തുന്നതിനു പ്രമുഖ വ്യക്തികൾ എത്തിയിട്ടുണ്ട്. ഉരച്ചുമിനുക്കേണ്ടുന്ന പണി ഇനിയാണ്. നാളെ അരങ്ങിലെത്തുന്നതിനുമുമ്പു നൂറുകൂട്ടം കാര്യങ്ങളുണ്ട് ചെയ്തുതീർക്കാൻ. നിന്നു തിരിയാൻ നേരമില്ല ആർക്കും.

റിഹേഴ്സൽ സമയത്തു സന്ധ്യക്കുമുമ്പു വീട്ടിലെത്തിക്കാം എന്നായിരുന്നു നടിയോടുണ്ടാക്കിയ കരാറുകളിലൊന്ന്. അതു പാലിച്ചേ പറ്റൂ. ഇല്ലെങ്കിൽ നാളെ സ്റ്റേജ് കയറലുണ്ടാവില്ല. പത്തുപന്ത്രണ്ട് ബൈക്കുകളെങ്കിലുമുണ്ട് മുറ്റത്ത്. കാലം അല്പമൊന്നു പുരോഗമിച്ചിരുന്നെങ്കിൽ ഏതു പെണ്ണിനെയും ഏത് അക്യാബിലേക്കു റപ്പേ എന്നു കൊണ്ടാക്കാം. ഓട്ടോ ഏർപ്പാടാക്കിയാൽത്തന്നെ വിശ്വസിക്കാൻ പറ്റുന്ന ആരെയെങ്കിലും തിരഞ്ഞുപിടിച്ചു കൂടെവിടണം. സെക്രട്ടറി എല്ലാവരേയും നോക്കി. ദുഷിച്ച നോട്ടമുള്ള ഒരുകണ്ണെങ്കിലും എല്ലാ മുഖങ്ങളിലുമുണ്ടെന്ന് സെക്രട്ടറിക്കു തോന്നി. കണ്ണുമടച്ചു വിശ്വസിക്കരുത് ആരെയും. പേരുദോഷം വരാൻ ഇത്തിരി നേരമേ വേണ്ടൂ.

ആകാശത്തൂടെ പറന്നുപോകുന്ന അടി കോണികയറി വാങ്ങുമ്പോലുള്ള ഏർപ്പാടാണ് ഈ സെക്രട്ടറിപ്പണിയെന്നു പലപ്പോഴും തോന്നിയതാണ്. സ്ക്രിപ്റ്റ്, സംവിധാനം, അഭിനയം, റിഹേഴ്സൽ, മ്യൂസിക്, മേക്കപ്പ്, സ്റ്റേജ് ലൈറ്റ്, സൗണ്ട്, പിരിവ്, ചെലവ്, ഓഡിയൻസ്... ഏതു കാര്യമെടുത്താലും നായിക്കുർണ തൊട്ടതുപോലെയാണ്. നടിയെ സംഘടിപ്പിക്കാൻ പുറപ്പെട്ടാലാണു ചൊറിച്ചിൽ ജാസ്തിയാകുക. കഷ്ടപ്പെട്ടു സംഘടിപ്പിച്ചാലോ സംരക്ഷണം അതിലും പ്രയാസം. എത്ര സദാചാരം പ്രസംഗിച്ചാലും ആമ്പിള്ളേർ തരംകിട്ടിയാൽ വർഗ്ഗസ്വഭാവം പുറത്തെടുക്കും. ഇവിടെത്തന്നെ നോക്കൂ പേരുദോഷത്തിന്റെ ചെറിയ കറയെങ്കിലും പുരളാത്ത ഒരാളെയെങ്കിലും കാണിച്ചുതരാമോ? അയൽപക്കത്തെ കുളിമുറിയിൽ ഒളിഞ്ഞുനോക്കിയവരുണ്ട്, ഉച്ചപ്പടം ഒന്നൊഴിയാതെ കാണുന്നവരുണ്ട്, നീല സി ഡി കളും കമ്പിപ്പുസ്തകങ്ങളും അരയിലൊളിപ്പിച്ചു പരസ്പരം കൈമാറുന്നവരുണ്ട്, ബസിൽ ഇരിക്കുന്ന സ്ത്രീകളുടെ മുതുകിൽ ചാരി നിർവൃതിക്കൊള്ളുന്നവരുണ്ട്, ട്യൂട്ടോറിയൽ വിടുന്ന സമയത്ത് ഒരു ജോലിപോലെ കപ്പാലത്തിനടുത്തേക്കു കുതിക്കുന്നവരുണ്ട്. അവിഹിതങ്ങളുടെ നാറുന്ന കഥകൾ പേറുന്നവരുണ്ട്.

ഇതൊന്നും ആരും പച്ചയായി പറഞ്ഞുനടക്കാറില്ലെങ്കിലും എല്ലാവർക്കുമറിയാം.

ഇവളൊരു നടികൂടിയാണ്. സമൂഹം വെറുമൊരു നാടകനടിയെ ഏതു കണ്ണിലൂടെയാണു നോക്കുന്നത് എന്ന് ഈ പുരോഗമിച്ച നാട്ടിൽപോലും ആരും പഠനവിഷയമാക്കിയിട്ടില്ല. ആൺകോയ്മയുടെ പെരുങ്കോട്ടകൾ അടിച്ചുതകർക്കാതെ ഇതിനൊന്നും മാറ്റംവരില്ല.

സെക്രട്ടറിയുടെ ധാർമ്മികരോഷം പതഞ്ഞുപൊന്തുകയായിരുന്നു.

കലാസമിതി കുറെക്കാലമായി ഇമ്മാതിരി അലമ്പുകൾ എടുത്തു മുതുകിൽ വെക്കാറില്ല. ഓണത്തിനോ ക്രിസ്മസിനോ ആംഗ്യപ്പാട്ട്, കഥ പറയൽ, മിഠായിപെറുക്കൽ, ആനയ്ക്കു വാൽ വരയ്ക്കൽ തുടങ്ങിയ സാമൂഹികപ്രശ്നങ്ങൾ സംഘടിപ്പിച്ച് ആരെക്കൊണ്ടും പറയിക്കാതെ തട്ടിയും മുട്ടിയും മുന്നോട്ടുപോകുകയായിരുന്നു. അത്യാവശ്യത്തിനു തെക്കോട്ടുള്ള വല്ല പ്രൊഫഷണലുകാരെയും കൊണ്ടുവന്നു നാടകം കളിപ്പിക്കും. ടെൻഷൻ കുറവ്. പണം പിരിച്ചെടുത്ത് റബ്ബർബാൻഡിലിട്ട് ഏല്പിക്കുകയേ വേണ്ടൂ. അതിനിടയിലാണ് ഓരോ മാരണം തലയിൽ കയറ്റിവെച്ചിരിക്കുന്നത്. സ്വന്തമായി ഒരു നാടകം എഴുതിയുണ്ടാക്കി സ്റ്റേജിലവതരിപ്പിക്കണമെന്നും ഗൃഹാതുരത്വം ഉണർത്തുന്ന പഴയകാല ഓർമ്മകൾ തിരിച്ചുകൊണ്ടുവരണമെന്നും ജനറൽബോഡിയിൽ അഭിപ്രായങ്ങൾ പൊന്തിവരികയായിരുന്നു. പൈങ്കിളി ആയിക്കൂടാ. സാമൂഹിക പ്രതിബദ്ധത അനിവാര്യം. നാടകംകണ്ട് ഒരുത്തനെങ്കിലും മനസ്സുമാറണം. നേർവഴി സ്വീകരിക്കണം. ചർച്ചകൾ തകൃതിയായി.

സ്ത്രീകൾക്കു നേരെയുള്ള ശാരീരികവും മാനസികവുമായ അതിക്രമങ്ങളാണ് ഇന്നു നാം നേരിടുന്ന മഹാവിപത്തെന്നു സർവ്വേറിപ്പോർട്ടുകൾ ഉദ്ധരിച്ച് സെക്രട്ടറി വിശദീകരിച്ചു. ഡാറ്റകളും കണക്കുകളും കൊണ്ട് സാധൂകരിച്ചു. എങ്കിൽ അതിനെതിരേ ചെറുത്തുനില്പ് അനിവാര്യമാണെന്നും നാടകത്തിലൂടെ താക്കീതു നല്കിയാൽ കൊള്ളേണ്ടിടത്തൊക്കെ കൊള്ളുമെന്നും സമൂഹം രക്ഷപ്പെടുമെന്നും പറഞ്ഞു പിന്താങ്ങാൻ അംഗങ്ങൾ അനവധി.

ഉറവവറ്റിയെന്നു സ്വയം കരുതി എഴുത്തൊക്കെ മടക്കിപ്പൂട്ടി അട്ടത്തുകയറ്റിവെച്ചിരുന്ന കെ പി പവിത്രൻമാഷ് തന്റെ സർഗ്ഗശേഷി പൊടിതട്ടി പുറത്തെടുത്തു. സമൂഹത്തിൽനിന്ന് അടർത്തിയെടുത്ത കഥാപാത്രങ്ങൾ. *ഇനിയും വരും ഇവൾ അഗ്നിയായ്* അങ്ങനെ പടർന്നു കയറുകയായിരുന്നു. സമിതിയിൽ വായിച്ചുകേൾപ്പിച്ചപ്പോൾ മെമ്പർമാരുടെ സിരകളിൽ ചോര തിളച്ചുമറിയുകയായിരുന്നു. ഇതു കലക്കും.

പരമ്പരാഗത സംവിധായകൻ എത്ര തലകുത്തി മറിഞ്ഞാലും നാടകാസ്വാദകരുടെ കഷായം കുടിച്ച മുഖം കാണേണ്ടിവരുമെന്നും ഒരു സ്കൂൾ ഓഫ് ഡ്രാമക്കാരെ തൊട്ടുകൂട്ടാൻ കിട്ടിയാൽ റെയ്ഞ്ച് വല്ലാതെ ഉയരുമെന്നും അഭിപ്രായങ്ങളുണ്ടായി. ഇവിടെമാത്രം ഇറക്കുമതിയാകാമെന്ന കോംപ്രമൈസിലെത്തി. ബാക്കിയെല്ലാം നാട്ടിലെ സോഴ്സുപയോഗിച്ചു ചെയ്യണം. നടന്മാരെ ഉള്ള കോപ്പുകൊണ്ടു മിനുക്കിയെടുക്കാം. പക്ഷേ, നടി! പിൻകർട്ടനു പിറകിൽ മാത്രം നിർത്തി നിറസാന്നിദ്ധ്യമുണ്ടെന്ന പ്രതീതി ഉളവാക്കുന്ന ടൈപ്പ് നാടകങ്ങളുണ്ടല്ലോ. അമ്മാതിരി നമ്പരുകൾ പ്രയോഗിക്കാമോ എന്നു പവിത്രൻമാഷോടു സ്വകാര്യമായി ചോദിക്കുന്നതാണ്. 'അരങ്ങത്തുനിന്നു അടുക്കളയിലേക്ക് അല്ലേ' എന്ന മുടന്തൻ പരിഹാസം കൊണ്ടാണയാൾ അതിനെ നേരിട്ടത്. ഒരു ഗുണമുണ്ടായി. എല്ലാ പെൺപ്രശ്നങ്ങളും ഒറ്റ നടിയാലൊതുക്കാനുള്ള മഹാ

മനസ്കത അദ്ദേഹം കാണിച്ചു. അത്രയും ഉപകാരം.

പലരും പല പേരുകൾ പറഞ്ഞുനോക്കി. എല്ലാം പ്രായം ചെന്നവർ. അല്ലെങ്കിൽ ചെറിയ കുട്ടികൾ. കുട്ടികളെ അവിടെയും ഇവിടെയും എന്തെങ്കിലും വാരിക്കെട്ടി സാരിയുടുപ്പിച്ചും പ്രായം ചെന്നവരെ അരയിഞ്ചുവണ്ണത്തിൽ പൗഡറിടീപ്പിച്ചും ട്രൈ ചെയ്തുകൂടേ എന്നു സംവിധായകനോടു കേണപേക്ഷിച്ചു. എങ്കിൽ സംവിധാനത്തിനു വേറെ ആളെ നോക്കുന്നതാണു നല്ലതെന്നായിരുന്നു മറുപടി. പുള്ളിക്കു ചെറുപ്പക്കാരിയെത്തന്നെ കിട്ടണം. സ്ത്രീയാണു മുഖ്യം. മുഴച്ചു നില്ക്കാതിരിക്കണമെങ്കിൽ ഏച്ചുകെട്ടാത്തതാവണം.

സ്കൂളിൽ പഠിക്കുന്ന കാലത്ത് മോണോആക്ടിലും കഥാപ്രസംഗത്തിലും എ ഗ്രേഡുകൾ വാങ്ങാറുണ്ടായിരുന്ന സരള എന്ന പെൺകുട്ടിയെ തപ്പിനോക്കിയാലോ എന്ന് ആരോ പറഞ്ഞു. അച്ഛൻ ഫുൾടൈം തണ്ണി. കിണ്ടികിണ്ണങ്ങൾവരെ വിറ്റുപെറുക്കി ഷാപ്പിൽ കൊണ്ടുകൊടുത്തു കണ്ടമാനം കടംവാങ്ങി മുടിഞ്ഞു. എസസെൽസിക്കുശേഷം മോൾടെ പഠിപ്പും പരീക്ഷയും അവസാനിപ്പിക്കാതെ വയ്യെന്നായി. നട്ട ദാരിദ്ര്യമാണ്. പത്തോ ഇരുന്നൂറോ കൊടുത്താൽ അഭിനയിക്കാൻ വരും. അച്ഛൻ എന്നു വിളിക്കുന്നയാൾ കൈയിട്ടുവാരിയില്ലെങ്കിൽ കുടുംബത്തിന് ഒരാഴ്ചത്തെ റേഷനുള്ള വകയുമായി.

“നാടകോം വേണ്ട, അഭിനയോം വേണ്ട, പൊയ്ക്കൊൾണം; ഈ മിറ്റത്ത് കണ്ടുപോകരുത് തൊലിവെളുപ്പുള്ള പെമ്പിള്ളാരെ കാണുമ്പം പെഴപ്പിക്കാൻ നടക്ക്ന്ന ഓരോരോ തെണ്ടികള്...”

കെട്ടഴിച്ചുവിട്ട പട്ടിയെപ്പോലെ അമ്മ കുരച്ചു ചാടുകയായിരുന്നു. അവർക്ക് ഉപയോഗിക്കാൻ അറിയാവുന്ന ഏറ്റവും മാന്യമായ ഭാഷയായിരുന്നു അത്. വന്നവർ വേഗത്തിൽ മടങ്ങിപ്പോയി.

“മാർക്കില്ലാഞ്ഞിട്ടല്ലല്ലോ എന്നെ പ്ലസ്ടുന് ചേർക്കാഞ്ഞത്. അതിയോ?”

കരഞ്ഞുകരഞ്ഞ് മുഖമാകെ കണ്ണീരൊലിപ്പിച്ച് സരള ഉറഞ്ഞുതുള്ളി.

“എന്റൊപ്പം പഠിച്ച കുട്ട്യാളൊക്കെ പ്ലസ്ടുകയ്ഞ്ഞ് ഇപ്പം കോളേജിലെത്തി. എന്നെമാത്രം പൊറത്തെറങ്ങാൻ വിടാണ്ട്.”

പൂർത്തിയാക്കിയില്ല. പൊട്ടിക്കരച്ചിലായിരുന്നു പിന്നെ ഇതുവരെ. തന്റെ മുമ്പിൽ ഇത്രമാത്രം ഒച്ചവെച്ചിട്ടില്ല. ഓരോന്ന് ശീലിച്ചുവരുന്നുണ്ട് നോക്കാം.

മൂക്കുചീറ്റലും ഏങ്ങിക്കരച്ചിലും തുടർന്നു കുറേനേരം.

“എടീ നിന്റെ മോള് അട്ക്കളേലും അട്പ്പിൻകുണ്ടിലും ഇരുന്ന് മൂത്ത് നരച്ച് പോവ്വേ ഉള്ളൂ. പൊറത്തെറങ്ങി നാലാള് കണ്ട് കണ്ണിന് പിടിച്ചാ മാത്രേ ഏതെങ്കിലും ചെക്കമ്മാര് ഈ പടി കേറിവരുള്ളൂ. മറക്കണ്ട.”

മൂലയ്ക്ക് ചുരുണ്ടുകൂടി കിടന്നിരുന്ന അച്ഛൻ സടകുടഞ്ഞെഴുന്നേറ്റു. കള്ളിന്റെ മണമുള്ള തത്ത്വചിന്ത ഛർദ്ദിച്ച് നെഞ്ചുതടവി, വീണ്ടും

കുഴഞ്ഞു വീണു ചുരുണ്ടു.

"ന്ങ്ങളൊർത്തന്റെ തിരുമോന്ത കണ്ട മാത്രം മതിയല്ലോ മോക്ക് പുരുവൻവെരാൻ!"

അമ്മ കാറിത്തുപ്പി

ലഹരിയുടെ പുറത്താണെങ്കിലും ഈ മനുഷ്യൻ ഇപ്പോൾ പറഞ്ഞതിൽ ലേശം കാര്യമുണ്ടെന്ന് അമ്മയ്ക്ക് തോന്നി.

"പൊയ്ക്കോളാ. പക്ഷേ, എന്തെങ്കിലും വേണ്ടാതീനം കേൾപ്പിച്ചാ കുത്തി കൊടലെടുക്കും ഞാൻ, ഓർത്തോ."

വേണ്ടാതീനമൊന്നുമുണ്ടായില്ല. പകൽ വെളിച്ചത്തിലായിരുന്നു റിഹേഴ്സൽ ഇതുവരെ. വരവും പോക്കും ബാദ്ധ്യതയായിരുന്നില്ല. ഫൈനലിന്റെ ഒരുക്കങ്ങൾ വൈകി. സമയക്രമം തെറ്റി.

"ഒരു കാര്യം ചെയ്യാം. കൊറച്ചൂടെ ന്ക്ക്. ഡിസ്കഷൻ കഴിഞ്ഞ് സംവിധായകനേം ആൾക്കാരേം കൊണ്ടുവിടാൻ പോമ്പം കാറ് അതു വഴി തിരിക്കാൻ പറയാം."

സെക്രട്ടറി പറഞ്ഞുനോക്കി. "അയ്യോ ഇനിയും രാത്രിയായാ അമ്മ കൊല്ലും." സ്കൂൾകുട്ടിയുടെ നിഷ്കളങ്കതയോടെ സരള പറഞ്ഞു.

ശരിയാണ് അവർ വാളെടുക്കും. ആ നാക്കിനു മുന്നിലാണ് തടുപ്പോറില്ലാത്തത്.

ഒരുകണക്കിന് ഇങ്ങനത്തെ തെറി വേണം പുതിയ കാലത്തിൽ. വരമ്പത്താകണം കൂലി. ഉള്ളിന്റെ ഉള്ളിൽനിന്ന് തെറിച്ചുവരുന്നതാണത്. വൈകി പ്രതികരിക്കുന്നതുകൊണ്ടാണ് വഷളത്തരങ്ങൾ പെരുകുന്നത്. സ്വയം രക്ഷയ്ക്ക് തോക്കിനേക്കാൾ നല്ലത് നാക്കാണ്.

ഈ സന്ധ്യയിൽ ഒരു പെൺകുട്ടിക്ക് തനിച്ചു സഞ്ചരിക്കാൻ സാധിക്കാത്തത് എന്തുകൊണ്ടാണ്? നിർഭയമായി സഞ്ചരിക്കാൻ പറ്റാത്ത സ്വാതന്ത്ര്യത്തെ സ്വാതന്ത്ര്യമെന്നു വിളിക്കാമോ? പുരുഷകേന്ദ്രീകൃതമായ സമൂഹത്തെ ഉടച്ചുവാർക്കേണ്ട സമയം സമാഗതമായില്ലേ...

സെക്രട്ടറി ആത്മരോഷത്തോടെ വലതുകൈ ചുരുട്ടി

ഇവിടെയാണ് *ഇനിയും വരും ഇവൾ അഗ്നിയായ്* എന്ന സമിതിയുടെ നാടകത്തിന്റെ പ്രസക്തി. ഇത് നാളെ അരങ്ങിലെത്താൻ പോവുകയാണ്.

തീർച്ചയായും ചലനങ്ങൾ സൃഷ്ടിക്കും. കുറ്റിനാശം വന്ന ആങ്ങളമാരുടെ ശക്തമായ തിരിച്ചുവരവാണ് നാടകം ആഹ്വാനം ചെയ്യുന്നത്. അവസാനരംഗത്ത് നായിക സാവിത്രിയുടെ ചെറുത്തുനില്പ് ഓരോ കാണിയെയും ആവേശഭരിതരാക്കുന്നുണ്ട്. ചൂണ്ടിപ്പിടിച്ചു നില്ക്കുന്ന ആ വിരൽ ഓരോ ആണിന്റെയും ഹൃദയത്തിലാണ് ആഞ്ഞു തറയ്ക്കുന്നത്

"എന്നെ ഇപ്പത്തന്നെ വീട്ടില് കൊണ്ടാക്കണം. ഇല്ലേങ്കില് അമ്മ കത്ത്യാളെടുക്കും. ആരെങ്കിലും വര്വോ എന്റെ കൂടെ–"

കരച്ചിലിന്റെ വക്കത്തോളമെത്തി സരള.

നാടകത്തിലെ സാവിത്രിയേ അല്ല സരള ഇപ്പോൾ. അതൊരു പര

കായപ്രവേശം തന്നെയായിരുന്നു. ജ്വലിച്ചു നിന്നിരുന്ന കനൽക്കട്ട ഇപ്പോൾ കത്തിയമർന്ന് വെണ്ണീറായിരിക്കുന്നു. ഇനി ഒരു നിമിഷം കൂടി വൈകിയാൽ അവൾ കൊച്ചുകുട്ടിയെപ്പോലെ വാവിട്ടുകരയും. ചിലപ്പോൾ നാളെ നാടകത്തിന്റെ അരങ്ങേറ്റത്തിന് ശാഠ്യക്കാരിക്കുട്ടിയെപ്പോലെ അവൾ വരാതിരിക്കാം.

"ബേജാറാവല്ല. ഇപ്പത്തന്നെ കൊണ്ടാക്കാം."

സെക്രട്ടറി മൊബൈലിൽ ഓട്ടോസ്റ്റാന്റിലെ നമ്പർ ഞെക്കി. എന്നിട്ട് എല്ലാവരോടുമായി പറഞ്ഞു.

"ഡിസ്കഷൻ സ്റ്റാർട്ട് ചെയ്തോ. അരമണിക്കൂറിനുള്ളിൽ ഞാനെത്തും. സരളേനെ വീട്ട്ല് കൊണ്ടാക്കിറ്റ് വേഗം വരാം."

ഓടിക്കിതച്ചെത്തിയ ഓട്ടോ കലാസമിതിയുടെ വാതില്ക്കൽ ബ്രേക്കിട്ടു.

ആദ്യമായി ഒരന്യപുരുഷന്റെ കൂടെ ഓട്ടോയിൽ ഒരുമിച്ചിരുന്നു യാത്ര ചെയ്യുകയാണ്. അതിനെന്താ? സെക്രട്ടറി നല്ല മനുഷ്യനാണ്. ഒരു ഏട്ടനോടെന്നപോലെ പെരുമാറാനുള്ള സ്വാതന്ത്ര്യമുണ്ട്. സമാധാനത്തോടെ അവൾ സീറ്റിൽ ചാരിയിരുന്നു. "അഭിനയത്തിന്റെ ഫീൽഡിൽ ത്തന്നെ ന്ക്കണംന്നാ ഞാമ്പറയ്വാ."

സെക്രട്ടറി പറയാൻ തുടങ്ങി.

"സീരിയലുകളിലൊക്കെ എന്തൊക്കെ സ്കോപ്പാന്നറിയോ? പണ്ടത്തെപ്പോലെ കച്ചറക്കാരൊന്നുമല്ല ഇപ്പം ഈ ഫീൽഡില്. ലേശം ധൈര്യണ്ടായാ മതി. അമ്മേനെ പറഞ്ഞു മനസ്സിലാക്കാൻ നോക്ക്. കഴിവ് എല്ലാർക്കും ക്ട്ടുന്നതല്ല. അതുള്ളോര് അതിനെ കഴ്ത്ത് ഞെരിച്ച് കൊല്ലാണ്ടിരിക്വ."

സരള മിണ്ടിയില്ല.

വീട്ടിൽക്കയറുമ്പോൾ അമ്മയുടെ പ്രതികരണം എന്തായിരിക്കും എന്ന ചിന്തയാണു മനസ്സുനിറയെ. നശിച്ച നാക്കിനെയാണു പേടി. മറ്റുള്ളോരുടെ മുന്നിൽവെച്ച് അതു പുറത്തെടുക്കാതിരുന്നാൽ മതി. എല്ലാവരും എപ്പോഴും ക്ഷമിക്കണമെന്നില്ല. ഇനി രണ്ടു വർത്തമാനം അങ്ങോട്ടുപറയണം. താനും ഉണ്ടാക്കിയല്ലോ സ്വന്തമായി നാലു കാശ്!

സരള ഉറച്ച മനസ്സോടെ ഓട്ടോറിക്ഷയുടെ കമ്പിയിൽ കൈകൾ മുറുകെ പിടിച്ചു നിവർന്നിരുന്നു.

സെക്രട്ടറി സരളയുടെ വിരലുകളിലേക്ക് ഇടങ്കണ്ണാൽ നോക്കിപ്പോയി. വെളുത്തു മെലിഞ്ഞ വിരലുകൾ. സ്വർണ്ണനിറത്തിൽ മിന്നുന്ന നനുത്ത രോമങ്ങൾ.

"ഈ വളവിനു നിർത്തിക്കോ."

സരള പറഞ്ഞു

ഇറങ്ങുമ്പോൾ സരള ലേശം തെന്നിപ്പോയി. വീഴരുത്, സൂക്ഷിക്കണം എന്നു പറഞ്ഞ് സെക്രട്ടറി വലതുകൈകൊണ്ട് സരളയുടെ കൈവിരലുകൾ പിടിച്ചു. ഒന്നുരണ്ട് സ്റ്റെപ്പ് നടക്കുന്നതുവരെ വിരലുകളിൽ മുറു

കെപ്പിടിച്ചു. വിരലുകളുടെ നേർത്ത ചൂട് സെക്രട്ടറിയുടെ ഉള്ളംകൈയി ലേക്കു പടർന്നു.

"നാളെ നേരത്തെ പോരി. ആദ്യായി സ്റ്റേജ് കയറുമ്പം ലേശം ടെൻഷ നൊക്കെയ്ണ്ടാവും. ഞാ നാളെ നന്നേ രാത്രിയാവുംന്ന് അമ്മയോടു പറ ഞ്ഞേക്ക്."

സെക്രട്ടറി പിടിവിട്ടു.

സരള വീടിന്റെ സ്റ്റെപ്പ് കയറിയെന്ന് ഉറപ്പുവരുത്തിയശേഷം സെക്ര ട്ടറി ഓട്ടോയിൽ തിരിച്ചെത്തി. 'വിട്ടോ' എന്ന് ഡ്രൈവറോടു പറഞ്ഞു സീറ്റിൽ ചാരിയിരുന്നു

താനെന്തിനാണു വലതുകൈ ഇങ്ങനെ ചുറ്റിപ്പിടിച്ചിരിക്കുന്നതെന്ന് കലാസമിതിയുടെ വാതില്ക്കൽ ഓട്ടോയിറങ്ങവേ സെക്രട്ടറി അത്ഭുത പ്പെട്ടു.

കൈതക്കാടുള്ള ഇടവഴി

ഒരുകൈയിൽ നിറതോക്കും മറുകൈയിൽ പടവാളുമായി ലക്ഷ്മി ബായി കുതിരപ്പുറത്തു കുതിച്ചുപായുമ്പോൾ തലകുമ്പിട്ടിരുന്ന് കൂർക്കം വലിക്കുകയായിരുന്നു റീത. അട്ടഹാസങ്ങളും അലമുറകളും കേട്ടു ഞെട്ടി യുണരുമ്പോഴെല്ലാം അടുത്തിരിക്കുന്ന ഊർമ്മിളയെ നോക്കി പല്ലിറുമ്മും. മുന്നിൽ പല വലിപ്പത്തിലുള്ള നൂറു നൂറു തലകൾക്കപ്പുറം കത്തിനി ല്ക്കുന്ന സ്റ്റേജിലേക്ക് കഴുത്തുയർത്തിപ്പിടിച്ച് നാടകം, സ്വയം മറന്നാ സ്വദിക്കുകയാണ് ഊർമ്മിള. ഇടയ്ക്കിടെ മിന്നിമറയുന്ന വെളിച്ചത്തിൽ അവളുടെ മുഖഭാവം മാറിമറിയുന്നുണ്ടായിരുന്നു. ലക്ഷ്മിബായി അവ ളിൽ ആവേശിച്ചിരിക്കുന്നു. താനാണ് കുതിരപ്പുറത്ത് പടനയിക്കുന്ന തെന്നും ഈസ്റ്റിന്ത്യാ കമ്പനിയെ ഇഞ്ചിഞ്ചായി അരിഞ്ഞുവീഴ്ത്തിയേ അടങ്ങൂ എന്നും സ്വാതന്ത്ര്യത്തിന്റെ സ്വച്ഛവായുസർവ്വമാന ജനങ്ങളെയും ശ്വസിപ്പിക്കുമെന്നും വിളിച്ചുപറയുന്നുണ്ട് ഊർമ്മിളയുടെ മുഖം.

ഇവൾ ഏതു നൂറ്റാണ്ടിലെ ആസ്വാദകയാണെന്ന് മനസ്സിൽ പറഞ്ഞ് വീണ്ടും തലകുമ്പിട്ട് ഉറങ്ങാൻ തുടങ്ങും റീത. മുക്കിയും മൂളിയും മുഖം തിരിച്ചും തന്റെ അസഹ്യത തുടക്കംമുതൽ പ്രകടിപ്പിച്ചിരുന്നു. ഉറക്കമൊ ഴിച്ചിരുന്ന് വെട്ടുംകുത്തും കൊലവിളിയും കാണേണ്ടിവരിക ഗതികേടു തന്നെ.

“ഇത് വെറും കുത്തും കൊലയുമല്ല റീതാ. സമരമാണ്. പെറ്റുവീണ നാട്ടില് അടിമകളായി കഴിയുന്നതിനെതിരേയുള്ള സമരം. ഒന്നാം സ്വാത ന്ത്ര്യസമരം.”

ഊർമ്മിള പറഞ്ഞു മനസ്സിലാക്കാൻ ശ്രമിച്ചു.

റീത ഇങ്ങനെയാണ്.

നൂറുനൂറ്റൻപതുകൊല്ലം പോയിട്ട് അഞ്ചുപത്തു ദിവസംപോലും പിറ

കോട്ടു ചിന്തിക്കാൻ പ്രാപ്തിയില്ലാത്ത പാവം. നഗരത്തിന്റെ സ്പീഡിൽ വളർന്നതിനാലാവാം മുന്നോട്ടുമാത്രമേ കണ്ണുകളുള്ളൂ. 'ഠ' വട്ടത്തിലെ ജീവിതം എത്രവിരസവും സങ്കുചിതവുമാണ്! അതുകൊണ്ടാകാം കിട്ടുന്ന ഒഴിവുകളൊക്കെ ഗ്രാമത്തിലുള്ള സഹപാഠികളുടെ വീട്ടിൽ ചെലവിടുന്നത്. എന്നിട്ടും സ്വഭാവത്തിന് ഒരു മാറ്റവും വന്നിട്ടില്ല.

കുട്ടിയായിരുന്നപ്പോൾ അമ്പലപ്പറമ്പിലെ പൊടിമണ്ണിൽ പായ വിരിച്ച്, അമ്മയുടെ മടിയിൽ തല ചായ്ച്ച് സത്യഹരിശ്ചന്ദ്രനും പ്രഹ്ളാദചരിതവും കണ്ട അനുഭവമൊന്നും റീതയ്ക്കുണ്ടാവാൻ വഴിയില്ല. ഓർമ്മ മരീചികയാണവൾക്ക്. പഴയത് പരിഹാസമാണവൾക്ക്. ഭൂതം വർത്തമാനത്തിന്റെ പ്രേതമെന്നവൾ വ്യാഖ്യാനിക്കും. ശവക്കുഴിമാന്തി ദുർഗ്ഗന്ധം പരത്തുന്നതെന്തിന് എന്നാണവളുടെ ചോദ്യം. പുരാണവും ചരിത്രവും കാലത്തിന്റെ കുപ്പത്തൊട്ടി. അതിൽ ആർത്തിയോടെ കൈയിട്ടുവാരുന്ന തെരുവുപട്ടിയാവാൻ മനസ്സില്ല.

സ്റ്റേജിൽ അട്ടഹാസങ്ങളും ആർത്തനാദങ്ങളും ഉയർന്നുപൊന്തി. കുളമ്പടിയൊച്ചകൾ പെരുകിവന്നു. അടുത്തുവന്നെതിരിടുന്നവരെ ലക്ഷ്മിബായി മിന്നൽ വേഗത്തിൽ അരിഞ്ഞുവീഴ്ത്തി. ഒളിവെട്ടിനു തക്കം പാർത്തവരെ ഉന്നം തെറ്റാതെ നിറയൊഴിച്ചിട്ടു. വാളിന്റെയും തോക്കിന്റെയും മലവെള്ളപ്പാച്ചിലിൽ ശത്രുസൈന്യം കടപുഴകി ഒഴുകി.

അമ്പലപ്പറമ്പിലെ അണഞ്ഞവെളിച്ചത്തിൽ ജനസാഗരം ആർത്തിരമ്പുകയായിരുന്നു. കൈയടിച്ചും ജയ് വിളിച്ചും അവർ ലക്ഷ്മിബായിയുടെ കൈകൾക്കു കരുത്തു നല്കി.

ചരിത്രമറിയാത്തവർ ശുഭാന്തം പ്രതീക്ഷിച്ചു. അറിഞ്ഞവർ അറിഞ്ഞത് പൊളിയാകണേ എന്നു പ്രാർത്ഥിച്ചു.

ജാസും ഡ്രമ്മും അടിച്ചു തകർക്കുന്ന പടയോട്ടം ഓർക്കാപ്പുറത്തു ബ്രേക്കിട്ടു നിർത്തുകയായിരുന്നു. ആയിരങ്ങളുടെ ചങ്കിടിപ്പു പെരുകുമാറ് ആകാശത്തുനിന്ന് അടർന്നുവീണ ഇംഗ്ലീഷ് കുതിരക്കാരൻ. കൈയിൽ വെട്ടിത്തിളങ്ങുന്ന ലക്ഷ്മിഭായിക്ക് ആദ്യമായി ചുവടുപിഴച്ചു. ചോരചീറ്റിത്തെറിച്ചു തലപൊട്ടിയൊലിച്ചു മുഖത്തപ്പോഴും ഉരുക്കിന്റെ ദൃഢത. തിരിഞ്ഞുനോക്കുമ്പോഴേക്കും രണ്ടാമത്തെ വെട്ട്. ചോരപ്രളയം. നിശ്ശബ്ദത.

"വാ, നമുക്ക് പോവാം."

റീത ഞെട്ടിയെണീറ്റ് ഊർമ്മിളയെ വിളിച്ചു.

കണ്ണുകൾ പൂട്ടിയിരിപ്പാണെങ്കിലും കാതിൽ തുളച്ചുകയറി അലോസരപ്പെടുത്തുന്നു ഓരോ രംഗവും. ഒറ്റ സെക്കന്റ് അവസാനം ലക്ഷ്മിബായി ഒരു പ്രസംഗം നടത്തുന്നുണ്ട്. സ്റ്റൈലൻ പ്രസംഗം. അതുംകൂടി കഴിഞ്ഞിറ്റ് പോവാം.

"നീ വരുന്നോ അതോ..."

റീതയുടെ അവസാന താക്കീത്.

അട്ടഹാസങ്ങൾ, ദീനരോദനങ്ങൾ സ്റ്റേജിലാകെ പരന്നൊഴുകുന്ന ചോര. പ്രകാശം. ഭീതിദമായ മ്യൂസിക്.

അമ്പലമൈതാനം പൊടുന്നനെ വനാന്തരമായി.

റീത ഊർമ്മിളയുടെ കൈപിടിച്ചുവലിച്ചു

സ്റ്റേജിലെ ചുവന്ന വെളിച്ചം അവളുടെ മുഖത്തു മിന്നി.

ഊർമ്മിള ഭയന്നു.

റീത അതിഥിയാണ്. അവൾക്ക് അപ്രീതിയുണ്ടാക്കുന്നതൊന്നും ചെയ്യരുത്.

എഴുന്നേറ്റു.

“ഒരു പരിപാടീം സമാധാനായിട്ടു കാണാമ്പറ്റൂല നിന്നെക്കൂട്ടി വന്നാല്. പിന്നെന്തിനാണു ബസും വണ്ടീം കേറി ഇത്രടംവരെ വന്നത്?”

റീത മറുപടി പറഞ്ഞില്ല.

നന്മകളാൽ സമൃദ്ധമായ നാട്ടിൻപുറം ആസ്വദിക്കാൻ ഊർമ്മിളയുടെ ഗ്രാമത്തിലെത്തിയതാണവൾ. ഊർമ്മിള പറയാറുള്ള കൈത്തോടുകളും കൈതക്കാടുകൾകൊണ്ട് അതിരുകളിട്ട ഇടവഴികളും പരന്നുകിടക്കുന്ന അമ്പലമൈതാനവും ആൽത്തറയും... ഇവിടത്തെ നിഷ്കളങ്കരായ ആണുങ്ങളെയും പെണ്ണുങ്ങളെയും കുറിച്ചു പറയാൻ തുടങ്ങിയാൽ ഊർമ്മിള നിർത്തില്ല.

കണ്ടത് പടക്കളം. പട നയിക്കുന്ന ഝാൻസിറാണി ലക്ഷ്മിബായി!

നാടകം മുഴുവൻ കാണാൻ കഴിയാത്തതിലുള്ള ദേഷ്യം കടിച്ചു പിടിച്ച് ഊർമ്മിള ആൾക്കൂട്ടത്തിനിടയിൽ ഒഴിഞ്ഞ വഴിയിലൂടെ ധൃതി യിൽ നടന്നു. പിന്നിൽ റീത.

വേദന കടിച്ചമർത്തി ലക്ഷ്മിബായി പ്രസംഗിക്കുന്നത് അരിച്ചരിച്ചു കേൾക്കുന്നുണ്ട്. ഊർമ്മിള ചെവികൂർപ്പിച്ചു. വ്യക്തമല്ല ഒന്നും. പണ്ടത്തെ കോളാമ്പി മൈക്കായിരുന്നെങ്കിൽ വീട്ടിലെ ബെഡ്റൂംവരെ ഡയലോ ഗുകൾ ഒഴുകിയെത്തും. ഉറങ്ങാൻ കിടന്നാൽ അവ കാതുകളിൽ കുത്തി ക്കയറും. കഥാപാത്രങ്ങൾ കൺപോളകളിൽവന്ന് തുരുതുരാ മൂടും. ഇന്നാ ണെങ്കിൽ ഒന്നിനുമില്ല പരന്നൊഴുക്ക്. നാടകത്തിനോ പാട്ടുകച്ചേരിക്കോ പോയിട്ട് കത്തിക്കയറേണ്ടുന്ന കവലപ്രസംഗത്തിനുമില്ല ചൂടും ചൂരും. എല്ലാം സൗണ്ട് ബോക്സിനുള്ളിൽ ശ്വാസം മുട്ടി ചത്തുമലയ്ക്കും.

റീതയുടെ മുഖത്തു രക്ഷപ്പെട്ടതിന്റെ ആശ്വാസം. അമ്പലമാണ്, ആൽത്തറയാണ്, ആനത്തലയാണ് എന്നൊക്കെപറഞ്ഞ് കൂട്ടിക്കൊണ്ടു വന്നതാണ്. എത്തിപ്പെട്ടത് പളപളാ മിന്നുന്ന ചുവന്ന കർട്ടനു മുന്നിൽ. നാടകമെങ്കിൽ നാടകമെന്നു കരുതി ഇരുന്നുകൊടുത്തു.

ക്ഷമ നശിച്ചപ്പോൾ എഴുന്നേറ്റോടി.

“ഝാൻസി റാണീന്റെ ലാസ്റ്റ്ലത്തെ ഡയലോഗ് കേൾക്കാൻ പറ്റി യില്ലല്ലോ. കഷ്ടമായിപ്പോയി.”

ഊർമ്മിള നിരാശ പ്രകടിപ്പിച്ചു.

“എന്ത് ഡയലോഗ് പറഞ്ഞാലും അതിനു കണക്കുണ്ട്. യുദ്ധം തോറ്റ്

തുന്നംപാറീന്ന് എൽ പി സ്കൂൾ പിള്ളേർക്കു പോലുമറിയാം. ചത്തകുഞ്ഞിന്റെ ജാതകം വായിച്ച് നേരം കളയണോ?"

"ജയിച്ചോ തോറ്റോ എന്നതല്ല പ്രശ്നം. വെറും ഇരുപത്തിരണ്ടാം വയസ്സിൽ അതായത് നമ്മൾടെ ഇപ്പഴ്ത്തെ പ്രായത്തില് ഒരു പെണ്ണ് മല പോലത്തെ ഈസ്റ്റിന്ത്യാ കമ്പനീന്റെ നേർക്ക് കൈചൂണ്ടാനെങ്കിലും കാണിച്ച ധൈര്യംണ്ടല്ലോ അതാ നമ്മള് കാണേണ്ടത്."

റീത നിശ്ശബ്ദയായി.

ഊർമ്മിള ആക്ടിവിസ്റ്റുകൂടിയാണ്. സ്ത്രീശോഷണത്തെപ്പറ്റിയും പുരുഷാധിപത്യത്തെപ്പറ്റിയും തീപ്പൊരി പ്രസംഗം തട്ടിവിട്ട് കൈയടി വാങ്ങുന്നവൾ. പുരാണങ്ങളിലെയും ചരിത്രത്തിലെയും ധീരവനിതകളെക്കുറിച്ച് പറയാൻ ആയിരം നാവാണവൾക്ക്.

ഈയിടെയായി കോളജിന്റെ മതിലുകൾ ഭേദിച്ച് വെളിയിൽ വന്നു തുടങ്ങിയിരിക്കുന്നു. പ്രസംഗങ്ങളും പ്രവർത്തനങ്ങളും.

"റീതാ, എപ്പോഴെങ്കിലും ഒന്ന് മുഷ്ടിചുരുട്ടിയിട്ടുണ്ടോ നീ? മുദ്രാവാക്യം വിളിച്ചിട്ടുണ്ടോ?"

ഊർമ്മിള ചോദിക്കുകയാണ്.

"നമ്മൾ ജീവിച്ചിരിക്കുന്നു എന്നതിന് എന്തെങ്കിലും തെളിവു വേണ്ടേ റീതാ. ഒന്നര നൂറ്റാണ്ടിനിപ്പുറവും ലക്ഷ്മിബായി എന്ന ചെറുപ്പക്കാരിക്ക് അമരത്വം ലഭിച്ചതെന്തുകൊണ്ടാണ്? പ്രതിബന്ധങ്ങളിൽ ധൈര്യം ചോർന്നു പോകരുത് എന്ന പാഠം ഝാൻസിറാണി നമുക്കുതരുന്നു. നമുക്കും ചിലതു ചെയ്യാനുണ്ട്. പെണ്ണ് എന്നത് പേടിയില്ലായ്മയുടെ പര്യായമാണ് റീതാ." റീത എല്ലാം കേട്ടുകൊണ്ടു നടന്നു.

അമ്പലമൈതാനത്തിന്റെ അതിർത്തിയിൽ ഇടവഴിയിലേക്ക് തിരിയുന്നിടത്തെത്തിയപ്പോൾ പൊടുന്നനേ ഊർമ്മിള നിന്നു.

"എന്തുപറ്റി?"

ഇനി ഇടവഴിയാണ്. ഇരുവശത്തും കൈതക്കാടുകളുള്ള ഇടവഴി. കാലം അത്ര നല്ലതല്ല. നാടകം കഴിഞ്ഞ് ആൾക്കാർ വരട്ടെ അവരോടൊപ്പം പോകാം.

ഊർമ്മിള പറഞ്ഞു.

ഝാൻസിറാണിയുടെ അവസാനശ്വാസത്തിനു കാതോർത്ത് ഇരുട്ടും വെളിച്ചവും ഇണപിരിയുന്നിടത്ത് ഇരുവരും നിലയുറപ്പിച്ചു.

അസുരവാദ്യം

നിർമ്മാണത്തൊഴിലാളിയായ അച്ഛൻ ഇരുനിലകെട്ടിടം പണിയുന്നതിനിടെ കാൽതെറ്റിവീണ് കിടപ്പിലായതോടെ നിങ്ങളുടെ കുടുംബം തെരുവാധാരമായി. കൂലിപ്പണിക്കാരിയായ നിങ്ങളുടെ അമ്മ വർഷങ്ങൾക്കുമുമ്പ് മഞ്ഞപിത്തം ബാധിച്ചു മരണപ്പെട്ടിരുന്നു. കെട്ടുപ്രായം കഴിഞ്ഞുനില്ക്കുന്ന മൂന്നു സഹോദരിമാരുണ്ട് നിങ്ങൾക്ക്. ആർക്കും കണ്ണിന് കാഴ്ചയില്ല. നിങ്ങളാണെങ്കിൽ ജന്മനാ ബധിരനും മൂകനും. സഹതാപമുണ്ട്. സഹായിക്കണമെന്ന് ആഗ്രഹമുണ്ട്. അല്പം തിരക്കിലാണ്. കാലത്തു മുതൽ ഒരു ചെണ്ടയന്വേഷിച്ചു പുറപ്പെട്ടതാണ്. ചിറയ്ക്കലും ചെറുകുന്നും പോയി നോക്കി. കിട്ടിയില്ല. പയ്യട്ടത്തും പയ്യന്നൂരും വിളിച്ചു നോക്കി. ഫലമുണ്ടായില്ല. സന്ധ്യക്കു മുമ്പ് ചെണ്ട സംഘടിപ്പിച്ചില്ലെങ്കിൽ കുഴഞ്ഞുപോകും. ബാങ്ക് റോഡിൽ തെരുവുനാടകം അരങ്ങേറുന്നുണ്ട്. ചെണ്ടയെങ്കിലുമില്ലെങ്കിൽ നനഞ്ഞ പടക്കംപോലെ കത്തിയമരും നാടകം. പറയാനുള്ളതൊക്കെ പറയാനും കേൾക്കാനുള്ളതൊക്കെ കേൾക്കാനും ഇടനിലക്കാരൻ വേണം ഇക്കാലത്ത്. അല്ലെങ്കിൽ വാറുപൊട്ടിയ ചെരുപ്പുപോലെ വഴിയിൽ കിടക്കേണ്ടിവരും.

ബസ്സ്റ്റാന്റിലോ തീവണ്ടിയാപ്പീസിലോ ചെല്ലൂ. മാർക്കറ്റ് റോഡിലോ, സ്റ്റേഡിയം കോംപ്ലക്സിലോ ചുറ്റിക്കറങ്ങൂ. എന്നെവിടൂ. സമയം മെനക്കെടുത്താതെ ഏതെങ്കിലും ആൾക്കൂട്ടത്തിലിറങ്ങിച്ചെന്ന് അന്നംനേടൂ. നിങ്ങളെ എല്ലാവരും സഹായിക്കും. സഹായിച്ചവരെ പരമകാരുണികനായ ജഗദീശ്വരൻ കൈവെടിയില്ലെന്ന് കാർഡിൽ പ്രത്യാശിച്ചിട്ടുണ്ടല്ലോ.

കണ്ടോ കണ്ടോ എന്തിനാണു പിന്നെയും പിന്നെയും എന്നെ പിന്തുടരുന്നത്? ഈ ഭൂമുഖത്ത് നിങ്ങളെ സഹായിക്കാൻ ഞാനൊരാൾ മാത്രമേയുള്ളൂ? ഛീ തൊട്ടും തോണ്ടിയും ഉപദ്രവിക്കാതിരിക്കൂ. പൊട്ടനാണെന്ന്

കരുതി ക്ഷമിക്കുകയാണ്. മാന്യന്മാരെ വഴിനടക്കാൻ വിടില്ലെന്നു വെച്ചാൽ.

കഴിഞ്ഞ മാസം കാസർകോട് ബസ് സ്റ്റാന്റിൽ നിങ്ങൾ ഇബ്രാഹിം കുട്ടി ആയിരുന്നു. അല്ലേ. അസലാമു അലൈക്കും എന്ന തലവാചകത്തിനു കീഴെ നിങ്ങൾ കണ്ണുപൊട്ടൻ. ഭാര്യക്കു മാരകമായ ക്യാൻസർ. മരുന്നിനു മാത്രം ഒരുദിവസം രൂപ മുന്നൂറ്റി അൻപത്. പറക്കമുറ്റാത്ത മക്കൾക്കാണെങ്കിൽ ഒന്നിനു കരപ്പൻ, വേറൊന്നിനു കുരിപ്പ്. നിങ്ങൾക്കന്നു നല്ല നാക്കുണ്ടായിരുന്നു. എല്ലാം കേൾക്കാനുള്ള കാതുകളുമുണ്ടായിരുന്നു.

ഇന്നാളൊരുദിവസം തലശ്ശേരി പഴയ ബസ് സ്റ്റാന്റിലെ ഫുട്പാത്തിലൂടെ ബെയറിങ് ഘടിപ്പിച്ച പലകമേൽ നിങ്ങൾ നിരങ്ങി നീങ്ങുന്ന കരകരശബ്ദം ഇന്നും ഞാൻ മറന്നിട്ടില്ല. ഈശോ മിശിഹായ്ക്ക് സ്തുതിയായിരിക്കട്ടെ എന്നായിരുന്നു കാർഡിന്റെ തലക്കെട്ട്. ആന്ധ്രപ്രദേശിലെ ഗുണ്ടൂരിൽ പാറ പൊട്ടിച്ച് നിത്യവൃത്തി കഴിച്ചുവരികയായിരുന്നു നിങ്ങൾ. ഒരുനാൾ സ്വാഭാവികമായും കൂറ്റൻ പാറ ഉരുണ്ടുവന്ന് നിങ്ങളുടെ രണ്ടു കാലുകളും കൊണ്ടുപോയി. കൈയിൽ കിട്ടിയ ജീവനുംകൊണ്ട് കുടുംബത്തെയും ചുമന്ന് നാടായ നാട്ടിലൊക്കെ ഇഴഞ്ഞു നീങ്ങുകയായിരുന്നു. അച്ഛൻ, അമ്മ, ഭാര്യ, മക്കൾ, സഹോദരീസഹോദന്മാർ... ഒന്നിനൊന്ന് ഉടപൊളിയായ എല്ലാവരും നിങ്ങൾ കൊണ്ടുപോകുന്ന അപ്പക്കഷണങ്ങൾക്കുവേണ്ടി കാത്തു നില്ക്കാറുണ്ടായിരുന്നു.

ഇനിയും ആരൊക്കെ ആകാനിരിക്കുന്നു!

ഒരിക്കലും നിങ്ങൾക്കും കുടുംബത്തിനും വീടുണ്ടായിരുന്നില്ല. ശരിയല്ലേ? പീടികവരാന്തയിലോ റെയിൽവേ ഫുട്ട് ഓവർബ്രിഡ്ജിന്റെ കീഴെയോ കട്ടപ്പുറത്തുള്ള ബസിലോ അന്തിയുറങ്ങുന്നു. മുനിസിപ്പാലിറ്റിയുടെ കംഫർട്ട് സ്റ്റേഷനോടു ചേർന്ന് അരമതിലിൽ ചാക്ക് കഷണങ്ങൾകൊണ്ട് മറച്ചുണ്ടാക്കിയ കൂരയിലാണ് ജഡപ്രായമായ പിതാവിനെയും അന്ധരായ സഹോദരിമാരെയും നിങ്ങൾ കൊണ്ടുചെന്നാക്കിയിട്ടുള്ളത്. നിങ്ങളാണ് കുടുംബനാഥൻ. പ്രാസഭംഗിയുള്ള ദുഃഖങ്ങളും ദുരിതങ്ങളും അച്ചടിച്ചുനിരത്തിയ ഈ പരിദേവനം നിങ്ങളുടെ റേഷൻകാർഡ്.

നഗരം പരന്നുകിടക്കുകയാണ്. ആളുകൾ നിങ്ങളെപ്പോലുള്ളവർക്ക് ഒരു വിഹിതം കരുതിവച്ചിട്ടുണ്ട്. അടിസ്ഥാനപരമായി ഉദാരമനസ്കരാണ് മനുഷ്യർ. സാഹചര്യമാണ് ഒരുവനെ സ്വാർത്ഥനാക്കുന്നത്. നല്ല സബ്ജക്ട്. തീർച്ചയായും ഇതായിരിക്കും ഇന്നത്തെ വിഷയം. വരിക, സന്ധ്യക്കു ബാങ്ക് റോഡിൽ വരിക. മാധുരി റസ്റ്റാറന്റിന്റെ പടിഞ്ഞാറ് ഒരു കോൺക്രീറ്റ് കുപ്പത്തൊട്ടിയുണ്ട്. അതിനടുത്തു കഷ്ടിച്ച് നാടകം കളിക്കാനുള്ള സ്ഥലമുണ്ട്. ചെണ്ടയുടെ ശബ്ദം കേൾക്കുമ്പോൾ വരിക. കുടുംബസമേതം വരിക. ചങ്ങാതിമാരെയും കൂട്ടിവരിക. എല്ലാ കണ്ണുപൊട്ടന്മാരെയും കാതുപൊട്ടന്മാരെയും കൂട്ടി ജാഥയായി വരിക. വാസ്തവത്തിൽ ഇന്ദ്രിയങ്ങൾ ഒന്നും ശരിയല്ലാത്തവർക്കും അലസമായി ആസ്വ

ദിക്കാൻ പറ്റിയ നാടകമാണ് അരങ്ങേറുന്നത്. ഹൃദയത്തിൽനിന്ന് ഹൃദയത്തിലേക്ക് കണ്ണും മൂക്കുമില്ലാതെ പടർന്നുകയറുന്ന കാട്ടുതീയാണത്. തിരിച്ചറിവില്ലാതെ ഇരച്ചുകയറുന്ന പ്രളയജലമാണത്.

ഓ സോറി. നിങ്ങൾ ഒന്നു പോയിത്തരാൻ എന്താണു ചെയ്യേണ്ടത്? വല്ലാത്ത ശല്യമായല്ലോ ഭഗവാനേ. ഇത്രയ്ക്ക് പറഞ്ഞാൽ മനസ്സിലാവാത്തവരാണോ നിങ്ങളുടെ വർഗ്ഗം?

പറ്റുമെങ്കിൽ ഒരു ചെണ്ട സംഘടിപ്പിച്ചുതാ. നിങ്ങളുടെ കൂട്ടത്തിൽ ആരുടെയെങ്കിലും പക്കൽ കാണും. ഒച്ച കുറഞ്ഞാലും വേണ്ടില്ല. ഒരു താളം വേണം. അത്രയേ വേണ്ടൂ. എന്താ കിട്ടാൻ സാദ്ധ്യതയുണ്ടോ?' അറ്റ്ലീസ്റ്റ്.... നിങ്ങ്ളുടെ കൈയിലെ തകരപ്പാട്ട...?

നാടുനിറയെ ഉത്സവങ്ങളും ആഘോഷങ്ങളുമാണ്. ഘോഷയാത്രയും കാഴ്ചവരവുംകൊണ്ടു വഴിനടക്കാൻ പറ്റാണ്ടായി. എല്ലാവർക്കും വേണം ചെണ്ട. ചെണ്ടകൊട്ടു കേൾക്കാത്ത നാടും നഗരവുമില്ല. തെയ്യവും തിറയും ഒഴിഞ്ഞ നേരമില്ല. കാതടപ്പിക്കുന്ന ഒച്ചയാണ് രാപകൽ. മനുഷ്യന് ഒരാവശ്യം വരുമ്പോൾ ഒരിടത്തും കാണില്ല ഈ സാധനത്തെ.

നിങ്ങൾ തരില്ല. വാങ്ങിയല്ലാതെ കൊടുത്തു ശീലമില്ലല്ലോ നിങ്ങളുടെ വർഗ്ഗത്തിന്.

പോ പോ ഈ കാർഡെടുത്ത് വേഗം സ്ഥലം വിട്. ഇല്ലെങ്കിൽ ഇത് കീറിക്കളയും ഞാൻ. മാന്യന്മാരുടെ ഭാഷയിലാണ് ഇതുവരെ സംസാരിച്ചത്. യഥാർത്ഥഭാഷ പുറത്തെടുപ്പിക്കരുത്. വന്നിരിക്കുന്നു ഒരു കാർഡും ആളും.

അനങ്ങാതെ ആകാശം നോക്കിക്കിടക്കുന്ന അച്ഛന്റെ മൂക്കും വായും പൊത്തിപ്പിടിക്കുക കുറച്ചു നേരം. ആ ബാധ എളുപ്പത്തിൽ ഒഴിവായിക്കിട്ടും. ഇനിയും പുരുഷത്വം നഷ്ടപ്പെട്ടിട്ടില്ലാത്ത ചെറുപ്പക്കാർ കാണും തെരുവിൽ. അവരെ കണ്ണുകാട്ടി വിളിക്കാൻ പെങ്ങന്മാരെ പഠിപ്പിക്കുക. ഓ കണ്ണില്ലല്ലോ. സാരമില്ല. ബാക്കി വേണ്ടതൊക്കെ ദൈവം അറിഞ്ഞു നല്കിയിട്ടുണ്ടാവുമല്ലോ. ഒരു കണക്കിന് കാഴ്ചയില്ലാത്ത പെങ്ങന്മാരെ കിട്ടിയ നിങ്ങൾ ഭാഗ്യവാനാണ്. വിവേചനശക്തിയില്ലാത്തതുകൊണ്ട് ഏത് എരപ്പാളിയെയും കാമദേവനായി കാണാനാവും. നിങ്ങൾക്ക് ഒരു റഫറിയുടെയോ ട്രാഫിക് പൊലീസിന്റെയോ റോൾ. ചുണ്ടിൽ വിസിൽ കരുതണമെന്നു മാത്രം. കേൾക്കാൻ നിങ്ങൾക്ക് കാതുകളില്ലാത്തതുകൊണ്ട് കൂടുതൽ പറയുന്നില്ല. കഷ്ടപ്പാടു സഹിക്കാൻ പറ്റുന്നില്ലെങ്കിൽ നാലണയ്ക്ക് എലിവിഷം വാങ്ങി എല്ലാവരുടെയും അണ്ണാക്കിലൊഴിച്ചു കൊടുത്തുകൂടേ മനുഷ്യാ...

ശ്ശെടാ, ഇതെന്തു ബാധ! ഞാനാരാണെന്നു കരുതിയാണ് നിങ്ങൾ അട്ടയെപ്പോലെ പറ്റിപ്പിടിച്ചിരിക്കുന്നത്? കീശ നിറച്ചും നോട്ടുകെട്ടാണെന്നു കരുതിയോ, ഒരുകീറച്ചെണ്ടപോലുമില്ലാത്ത വാദ്യക്കാരൻ പീറക്കടലാസാണ്. പോ പോയി ചുറ്റിക്കറങ്ങിയിട്ടു വാ. വല്ലതും കിട്ടുന്നത് കളയണ്ട. സന്ധ്യയാവുമ്പോൾ ബാങ്ക് റോഡിലെത്ത്. നാടകം അടിപൊളിയാക്ക

ണം. മേക്കപ്പും വേഷഭൂഷാദികളും വേണ്ട. മുൻകൂട്ടി എഴുതിത്തയ്യാറാക്കിയ സ്ക്രിപ്റ്റോ രംഗസജ്ജീകരണങ്ങളോ വേണ്ട. ഉച്ചഭാഷിണിയുടെ തടസ്സം തീരെ വേണ്ട. തോന്ന്യാസികളുടെ നാടകമാണ്. ബാങ്ക് റോഡിൽ കളിക്കുമ്പോൾ മാധുരി റസ്റ്റോറന്റോ അടുത്തുള്ള കുപ്പത്തൊട്ടിയോ കഥാപാത്രമായി വരും. അമ്പലപ്പറമ്പിലാണെങ്കിൽ ഇലകൾ ഇളകിയാടുന്ന അരയാലിനുണ്ടാവും ഒരു റോൾ. വഴിയോരത്താണെങ്കിൽ മൈൽക്കുറ്റിയോ ഇല്കട്രിക് പോസ്റ്റോ രംഗത്തു സജീവസാന്നിദ്ധ്യമായെന്നിരിക്കും. സെൻട്രൽ ജയലിനു മുന്നിൽവെച്ചാണെങ്കിൽ ഗാന്ധി പ്രതിമയായിരിക്കും സൂത്രധാരൻ.

കാണികൾ മാത്രമായി ആരുമില്ല. ആർക്കും ഇടപെടാം. ഏതു പ്രശ്നവും വിഷയമാക്കാം. സംഭാഷണങ്ങളുടെ മട്ട് പ്രശ്നമേയല്ല. ഉള്ളിലുള്ളതൊക്കെ അണപൊട്ടി പുറത്തുവരണം. ഭാഷ കുലീനമോ തറയോ ആകാം. മൂകഭാഷയ്ക്കാണ് കൂടുതൽ സ്കോപ്പ്.

ചിലർ ആണുങ്ങളാകും. ചിലർ പെണ്ണുങ്ങളാകും. ചിലർ കുസൃതിക്കാട്ടി കുട്ടികളാകും. ചിലർ കുനിഞ്ഞുനിന്ന് വൃദ്ധന്മാരാകും. ചിലർ മുടി ചീകി നായകന്മാരും. ചിലർ മീശചുരുട്ടി വില്ലന്മാരാകും. നായകൻ മറുകണ്ടംചാടി വില്ലനാകും. വില്ലൻ മലക്കംമറിഞ്ഞ് നായകനാകും.

ഈ പരീക്ഷണനാടകത്തിൽ നിങ്ങൾക്കും പങ്കെടുക്കാം. അപാര സാദ്ധ്യതയുള്ള അഭിനേതാവാണ് നിങ്ങൾ. നാട്യശാസ്ത്രം ശരിക്കും പഠിച്ചിട്ടുണ്ട്. ഞാനതു കണ്ടിട്ടേയില്ല. പല പല കഥാപാത്രങ്ങളായി നിങ്ങൾ ആടിത്തിമിർക്കുന്നു. ഞാനാണെങ്കിൽ എന്നും ഒറ്റ കഥാപാത്രം. എനിക്കു ദുഃഖങ്ങളില്ല. കരയാനറിയില്ല. പൊടിയാനൊരുതുള്ളി കണ്ണീരുപോലുമില്ല. ദുഃഖങ്ങളുടെയും ദുരിതങ്ങളുടെയും അക്ഷയഖനിയാണ് നിങ്ങളെന്ന് ഈ മുഖം വിളിച്ചുപറയുന്നുണ്ട്. ട്രാജഡി സൃഷ്ടിക്കാൻ കഴിവുള്ളയാളാണ് നിങ്ങൾ. ഇന്ന് നമുക്കൊരു കണ്ണീർക്കഥ പറയാം. കരളലിയിപ്പിക്കുന്ന കദനകഥ. നഗരത്തെ കൈയിലെടുക്കണം നമുക്ക്. തല്ക്കാലം പോ. പോയി വയറുനിറയ്ക്കാൻ വകയുണ്ടാക്കൂ. മിച്ചമുണ്ടെങ്കിൽ അല്പം എനിക്കുകൂടെ കരുതിക്കോളൂ. വരാൻ മറക്കരുത്.

കണ്ടോ കണ്ടോ ചക്കയുടെ വെളഞ്ഞിർപോലെ ഇങ്ങനെ പറ്റിപ്പിടിച്ചാൽ വളരെ കഷ്ടാണ്. ഇന്നെനിക്കു ചെണ്ടകിട്ടുന്ന കാര്യം ഗോപി. ചെണ്ടയില്ലാത്ത തെരുവുനാടകം സെൽഫെടുക്കാത്ത വണ്ടിപോലെയാണ്. പിന്നിൽനിന്നു തള്ളേണ്ടിവരും. സാരമില്ല. തുടക്കത്തിലേ നിങ്ങളുണ്ടാവുമല്ലോ ഒരു സഹായത്തിന്.

അങ്ങനെയെങ്കിൽ എന്തിനു സന്ധ്യവരെ കാക്കണം. എന്തിന് ബാങ്കു റോഡ് വരെ പോകണം? ഇപ്പോൾ ഇവിടെ വച്ച് നമുക്കങ്ങ് തുടങ്ങിയാലോ. നിങ്ങൾ എന്നെ പിന്തുടർന്ന് കാർഡ് നീട്ടുകയാണ്. വാചാലമാണ് നിങ്ങളുടെ മുക്കലും മൂളലും. തെരുവുനാടകത്തിനു കൊഴുപ്പേകാൻ ചെണ്ടയന്വേഷിച്ച് പുറപ്പെട്ടതാണ് ഞാൻ. എച്ചിൽകൈകൊണ്ട് കോഴിയെ ആട്ടിയോടിക്കുന്നതുപോലെ നിങ്ങൾ മാറിപ്പോകാൻ വൃഥാശ്രമം നടത്തുക

യാണ് ഞാൻ. (നിങ്ങളുടെ പിച്ചപ്പാട്ട വാങ്ങി താളംകൊട്ടുന്നു. പാട്ട തിരിച്ചുവാങ്ങാൻ ഓങ്ങിയ നിങ്ങളെ തള്ളിമാറ്റിക്കൊണ്ട്) കടന്നുപോകൂ.

നിങ്ങൾ: അ.. അ.. അ..

ഞാൻ (പാട്ടയിൽനിന്നും ഉതിർന്നുവീണ നാണയത്തുട്ടുകൾ ധൃതിയിൽ പെറുക്കിയെടുത്തുകൊണ്ട്): അമ്പട കള്ളാ.

നിങ്ങൾ (ഓടിവന്ന് മുഷ്ടി ചുരുട്ടി എന്നെ ഇടിച്ചുകൊണ്ട്): അ അ അ

എന്റെ മൂക്കിൽനിന്നും രക്തം ധാരധാരയായി വരുന്നുണ്ട്. നാടകത്തിന് ഒറിജിനാലിറ്റി കൈവരുന്നതിൽ അതിശയപ്പെട്ടു നില്ക്കവേ എന്നെ നിങ്ങൾ കുനിച്ചു നിർത്തി കൈമുട്ടുകൊണ്ട് പുറത്തു തുരുതുരാ ഇടിക്കുന്നു. ആളുകൾ തടിച്ചുകൂടുന്നു. എല്ലാവരും ഇടപെട്ട് അവരവരുടെ പാർട്ട് അരങ്ങു തകർത്ത് അഭിനയിക്കുന്നു. നാടകം പുരോഗമിക്കുന്നു. നിലത്തുവീണു കിടക്കുന്ന എന്റെ മുകളിൽ കയറി പലരും നൃത്തംവെക്കുന്നു. എന്റെ കണ്ണുകളിൽ ഇരുട്ടു കയറുന്നു.

ഞാൻ: അയ്യോ, അമ്മേ, വെള്ളം..

തബലിസ്റ്റ്

ഭാവന തിയേറ്റേഴ്സ് 'കറുപ്പും വെളുപ്പും' അവതരിപ്പിച്ചുകൊണ്ടിരിക്കുന്ന കാലം. അരങ്ങിലും അണിയറയിലും ഒന്നിച്ചു പ്രവർത്തിക്കുന്നവർ ഒറ്റയ്ക്കും തെറ്റയ്ക്കും ജീവിതത്തിലേക്കു മടങ്ങിയ ഇരുണ്ട രാത്രി.

കാലുകൾ നിലത്തുറയ്ക്കാത്ത ബെഞ്ചിൽ ഇളകിയാടി അയ്യപ്പൻ ഗ്ലാസിൽ നിന്നും അവസാന തുള്ളി ഊറ്റിയെടുക്കുകയാണ്. വലിയ ശബ്ദത്തോടെ ഗ്ലാസ് മേശമേൽവെച്ചു. പ്ലേറ്റിൽനിന്നും അച്ചാർ തൊട്ടുനക്കി ആസ്വദിച്ചശേഷം അടുത്ത് അക്ഷമനായി നില്ക്കുന്ന അപ്പുവിനെ നോക്കി.

"ഡാ. ഒരു കുപ്പികൂടി പൊതിഞ്ഞുതാടാ. പാതിവഴിക്ക് എണ്ണ തീരും. പിന്നെന്തുചെയ്യും?"

അപ്പു കുപ്പി പൊതിഞ്ഞു മേശപ്പുറത്തുവെച്ചു. അയ്യപ്പൻ അതു കൈയിലെടുത്തു തിരിച്ചും മറിച്ചും നോക്കി. തൊട്ടും തലോടിയും രസിച്ചു.

തന്റെ അന്തകനാണെന്ന് അറിയാതെ അയാൾ കുപ്പി മാറോടടുപ്പിച്ചു.

"ഒന്നു ചെന്നാട്ടെ കടയടയ്ക്കാറായി." അപ്പു പറഞ്ഞു.

"നിനക്കെന്താടാ ഞാൻ കാശു തരുന്നില്ലേ? ഈ കട മുഴുവനും വിലയ്ക്കു വാങ്ങാനുള്ള കാശ് എന്റെ പക്കലുണ്ട്. കാണണോ?"

അയ്യപ്പൻ അരയിലിറുക്കിയ നോട്ടുകെട്ട് പുറത്തെടുത്തു.

"ഇത് രോഹിണിയുടെ കമ്മൽ വിറ്റുകിട്ടിയ കാശാ. ഫൂ അവളുടെ അനിയത്തിക്ക് സമ്മാനിക്കാനാണത്രേ!

ആദ്യം ഞാൻ. പിന്നെ അനിയത്തി. അല്ലെങ്കിലെന്താ അനിയത്തിക്കു ഞാൻ കൊടുക്കില്ലേ സമ്മാനം. അവളേം വേണേൽ ഞാൻ പൊറുപ്പിക്കാലോ. രണ്ടാളും കൂടി നല്ല രസായിരിക്കും."

അപ്പു പല്ലു കടിക്കുന്നു. ഒറ്റ ചവിട്ടിനു തള്ളിതാഴെയിടാൻ തോന്നി

അയാൾക്ക്. കോപം പുറത്തുകാണിക്കാതെ അയാൾ ചോദിച്ചു:

"അയ്യപ്പന് ഇന്ന് സ്റ്റേജില്ലേ?"

അയ്യപ്പൻ ചിരിക്കുന്നു. കരയുന്നു. പിന്നെ അലമുറയിടുന്നു,

നിഴലുകളാടും കളം ഇതല്ലേ...

ആവേശത്തോടെ മേശമേൽ താളംപിടിക്കുന്നു. തോളെല്ലുകൾ ഉയർന്നും താണും വലിഞ്ഞുമുറുകിയും താളത്തിനു കൊഴുപ്പേകി. കഷണ്ടിക്കു ചുറ്റും ഇളകിയാടുന്ന നീളൻ തലമുടിയിൽ വിയർപ്പുകണങ്ങൾ തെറിക്കുന്നു.

ഗ്ലാസും കുപ്പിയും താളത്തിനൊത്തു തുള്ളുന്നതു കണ്ടപ്പോൾ അപ്പു ഇടപെട്ടു:

"ഇനി മതി. സ്ഥലം കാലിയാക്ക്."

അപ്പു ഗ്ലാസും കുപ്പിയും എടുത്തുമാറ്റി.

അയ്യപ്പനു ചാരായം തലയ്ക്കു പിടിച്ചു സ്ഥലകാലബോധം നശിച്ചു. നാടകത്തിന്റെ പിന്നണിയിലാണ് അയാളിപ്പോൾ സ്വയം മറന്നുള്ള വാദനം ഫൂ എന്ന നീട്ടിത്തുപ്പോടെ നിർത്തി.

കഷണ്ടിത്തലയിൽ ചാലുകളിട്ട വിയർപ്പ് മെലിഞ്ഞുണങ്ങിയ കൈകൾ കൊണ്ടു തുടച്ചശേഷം അയ്യപ്പൻ എഴുന്നേല്ക്കാൻ ശ്രമം നടത്തി.

അപ്പുവിനു ശ്വാസം നേരെ വീണു.

പക്ഷേ, അയ്യപ്പന് അനങ്ങാനാവുന്നില്ല.

"ഡാ എന്റെ പിന്നിലാരാ?"

അപ്പു ചാടിവന്ന് അയ്യപ്പന്റെ പിന്നിൽ ചാഞ്ഞും ചെരിഞ്ഞും നോക്കി.

"ആരുമില്ല അയ്യപ്പാ"

"ശരിക്കും നോക്കെടാ കഴ്തെ."

അപ്പുവിന് ശ്വാസം പോയി. ഇതു സഹിക്കാവുന്നതിലപ്പുറമായിരുന്നു. പിടിച്ചു വലിച്ച് വരാന്തയിൽ കൊണ്ടിട്ടാൽ മതിയായിരുന്നു. നാളെ ഏതെങ്കിലും നേരം നാടകവണ്ടി അതുവഴി വന്ന് ഞേറ്റി കൊണ്ടു പൊയ്ക്കോളും. അതിന് ഇരുന്ന ഇരുപ്പിൽനിന്ന് അനങ്ങേണ്ട.

നാശം!

"എന്താടാ പ്രാകുന്നത്. ഒന്നിനെയും വിശ്വസിക്കാൻ പറ്റാത്ത കാലമാ. എന്റെ പിന്നിൽ ഒളിഞ്ഞു നില്ക്കുന്നതാരാടാ."

"ആരുമില്ലെന്നു പറഞ്ഞില്ലേ."

അപ്പു അരിശത്തോടെ പറഞ്ഞു. "അല്ലെങ്കിൽ നിനക്ക് കണ്ണുകളുണ്ടോ? ഉണ്ടെങ്കിൽത്തന്നെ കാഴ്ചയുണ്ടോ? നിന്റെ ഇന്ദ്രിയങ്ങളെല്ലാം കേടാ. റോഡിലൂടെ രണ്ടുകാലിൽ നടക്കുന്ന മാന്യന്മാരെ വിളിച്ചുവരുത്തി നാലുകാലിൽ ഇറക്കിവിടുന്ന മായാജാലം മാത്രമല്ലേ നിനക്കറിയൂ. മടയൻ എന്റെ പിന്നിൽ ഇരുട്ടത്തു മറഞ്ഞുനില്ക്കുന്നവനെ നിനക്കറിയില്ലാ?"

"അറിയാം നിങ്ങടെ കാലൻ."

അപ്പു രോഷത്തോടെ പിറുപിറുത്തു.

"ഉറക്കെ പറയടാ"

"അത് റാന്തലിന്റെ നിഴലാണെന്ന് പറയുകയായിരുന്നു."

അയ്യപ്പൻ തെല്ലുനേരം ഒന്നും മിണ്ടിയില്ല. പിന്നെ നെടുവീർപ്പ്. നിഴൽ തന്നെ നിഴൽ... നിഴലുകൾ നമ്മളല്ലേ... ആ. അ അ ആ..

അയ്യപ്പൻ കരയാൻ തുടങ്ങി.

പിറകിൽപോയി നടുപ്പുറത്ത് ഒരു ചവിട്ടുകൊടുത്ത് പുറത്തേക്ക് തള്ളിയിട്ടാലോ എന്ന് തോന്നി അപ്പുവിന്. പക്ഷേ, റാക്കിന്റെ പുറത്താണെങ്കിലും അയ്യപ്പന്റെ കരച്ചിലിനു ദൈന്യമുണ്ട്. ചിരിയും കരച്ചിലും ആർത്തട്ടഹാസവും എത്ര കേട്ടുമടുത്തതാണ്. എന്നാൽ ഇപ്പോൾ അയ്യപ്പന്റെ വലിഞ്ഞുമുറുകിയ വായിൽനിന്നുള്ള കരച്ചിൽ അയാളെ അസ്വസ്ഥനാക്കി. വിയർപ്പോ കണ്ണീരോ എന്നു തിരിച്ചറിയാനാവാതെ കൺതടങ്ങളിൽ ഊറിക്കൂടിയ ദൈന്യം അയാളെ അലോസരപ്പെടുത്തി.

എത്രനേരം ഇങ്ങനെ കാവൽ നില്ക്കണം എന്നോർത്തപ്പോൾ ധർമ്മസങ്കടത്തിലായി.

അയ്യപ്പൻ കരച്ചിൽ നിർത്തി. പൊടുന്നനേ പട്ടി മണം പിടിക്കുന്നതുപോല മൂക്കു വലിച്ചു.

"ഒരശട് മണം?"

"റാക്കിന്റെയാ."

"ഫ കഴ്തെ, റാക്കിൽ ജനിച്ച് റാക്കിൽ വളർന്ന അയ്യപ്പനെ റാക്കിന്റെ മണം പഠിപ്പിക്കണ്ട."

"എങ്കിലത് മുല്ലപ്പൂ."

"കളി അയ്യപ്പനോട് വേണ്ട."

"അയ്യപ്പൻ ഇന്ന് ഓവറാ. ഇവിടെ ഒരു മണവും ഇല്ല. കാലത്ത് പാറുത്തള്ള അടിച്ചുവാരിപ്പോയതല്ലേ. ഇത്ര പെട്ടെന്ന് എന്തുനാറ്റം?"

അയ്യപ്പൻ ഒന്നുകൂടി മുക്കു വിടർത്തി.

"ഉണ്ട് ഒരു കൊഴുത്ത ഗന്ധം. പാറുത്തള്ളയല്ല ദേവേന്ദ്രന്റെ അപ്പൻ മുത്തുപ്പട്ടര് അടിച്ചുതളിച്ചാൽപ്പോലും അകന്നുപോകാത്ത അളിഞ്ഞ ഗന്ധം. അത് അരിച്ചരിച്ച് വരുന്നുണ്ട്."

അയ്യപ്പൻ കുറേ നേരത്തേക്ക് ഒന്നും മിണ്ടിയില്ല. അപ്പു താടിക്ക് കൈയും കൊടുത്ത് ഇറകല്ലിൽ ഇരുന്നു.

"ഉസ്താദ് അല്ലാരഖയെപ്പറ്റി കേട്ടിട്ടുണ്ടോ താൻ? കേൾക്കാൻ വഴിയില്ല. സക്കീർ ഹുസൈൻ?"

"ഭാഗ്യം ചെയ്ത പിതാവും പുത്രനും. എനിക്കുമുണ്ടടേ നരോന്തുപോലത്തെ സന്താനം. എപ്പഴ് കണ്ടാലും ലവന് വേണ്ടതു പണം. അത് കൊടുത്തില്ലേൽ കൊല്ലാനും മടിക്കാത്ത ജന്തു. സന്താനത്തിന്റെ കൈകൊണ്ട് മരിക്കാനും വേണം ഭാഗ്യം. അതല്ലേ സന്താ...നസൗഭാഗ്യം."

അപ്പു കോട്ടുവായിടുകയാണ്. ഈശ്വരാ ഇതെന്തു ബാധ. വേറെ വല്ലവരുമായിരുന്നെങ്കിൽ ഉന്തിപ്പുറത്തിട്ട് കടപൂട്ടി പോകാമായിരുന്നു. ഇത് അയ്യപ്പനായിപ്പോയില്ലേ.

“ആ തള്ളേോടെ മരുന്നാ.” അയ്യപ്പൻ നെടുവീർപ്പിട്ടു.

“കിഴവീടെ മൂക്കുപിഴിച്ചിലും കരച്ചിലും കാണുമ്പോ ചെക്കന് എന്നോട് അരിശം തോന്നും. അവറ്റകളെ കൈയൊഴിഞ്ഞൂന്ന് ആരുപറഞ്ഞു. വേറൊരുത്തിയെ കൂടെ പൊറുപ്പിക്കുന്നതാണ് ഇവറ്റകൾക്ക് രോഷം. പണ്ട് ഞാൻ ലഖ്നൗവിലായിരുന്നപ്പോ അവിടുണ്ടായിരുന്ന പളുങ്കുപോലത്തെ ഹിന്ദിക്കാരിയോട് ഗുഡ്ബൈ പറഞ്ഞാണ് ഈ കിഴവിയെ കെട്ടിയത്. ഇതൊക്കെയല്ലേടോ രസം. പെണ്ണുങ്ങളെ ഇങ്ങനെ മാറി മാറി ഭാര്യമാരാക്കുക. എന്തായാലും ഞാനൊരു ഗലാഗാരനല്ലേഡോ. ഗലാഗാരന്മാരുടെ വീക്ക്നസ്സ് വല്ലതും ഇവറ്റകൾക്കറിയോ?”

ക്ഷമ നശിച്ചതിന്റെ പ്രതികരണമെന്നും അപ്പുവിൽ കാണാനില്ല. അയാൾ ഉറങ്ങുകയായിരുന്നു.

“ഇപ്പോഴത്തേത് അപ്സരസ്സാ. കൊള്ളാം. നുള്ളിപ്പെറുക്കി സമ്പാദിക്കുന്നുണ്ട്. ഇടയ്ക്കിങ്ങനെ ആഘോഷിക്കാൻ അതുമതി. അവളുടെ ഏഴയലത്ത് വരുമോ ആ നരോന്തിന്റെ തള്ള.”

അയ്യപ്പൻ നിർത്തുന്ന മട്ടില്ല. ആരോടെന്നില്ലാതെ പുലമ്പുകയാണ്.

“ട്രൂപ്പിൽ ചില അഴകൊഴമ്പന്മാരുണ്ട്. വീട്ടിൽ പൂത്തപണം. നേരം കളയാനും ഉല്ലസിക്കാനും നാടകംന്ന് പറഞ്ഞ് നടക്കുന്ന ഓരോ ഇനം. പെണ്ണുങ്ങളെ കണ്ടിട്ടില്ലാത്തവന്മാര്. വേറെ ചില ജാതികളുണ്ട് മിണ്ടാപ്പൂച്ചകൾ. മോന്തയ്ക്ക് സങ്കടം ഒട്ടിച്ചുവച്ച് പെണ്ണുങ്ങളുടെ സഹതാപം പിടിച്ചുവാങ്ങും. ഒടുക്കം കലമുടച്ച് കടന്നുകളയുന്ന വിരുതന്മാർ. കണ്ണു തെറ്റിയാൽ കൊഞ്ഞനം കാട്ടുന്ന ഈ ജാതികളെ നമ്പാൻ പറ്റില്ല.”

“ഈയുള്ളോൻ എവ്ട്ന്നോ തപ്പിയെടുത്തു കൊണ്ടുവന്ന പെണ്ണിനു നേർക്കാ ഇവന്മാരുടെ ഇപ്പോഴ്ത്തെ നോട്ടം. പെണ്ണിനുവേണ്ടി തല്ലാനും കൊല്ലാനും മടിക്കാത്ത ശപ്പന്മാര്.”

മുട്ടിന്മേൽ തലചായ്ച്ച് കൂർക്കം വലിക്കുകയായിരുന്നു അപ്പു.

തന്റെ സങ്കടങ്ങൾക്ക് ചെവി നല്കാത്ത അപ്പുവിനെ അയ്യപ്പൻ സൂക്ഷിച്ചു നോക്കി. പിന്നെ മുതുകിന് ആഞ്ഞൊരു ചവിട്ട്.

അപ്പു വരാന്തയിൽ ഉരുണ്ടുവീണു. ജ്വലിക്കുന്ന കോപത്തോടെ അയാൾ എഴുന്നേറ്റു. മുന്നിലുള്ള ചാരായക്കുപ്പി മേശയ്ക്കടിച്ചു പൊട്ടിച്ച് അതിന്റെ കുപ്പിച്ചില്ലുകൊണ്ട് ഇയാളുടെ വയറ്റത്ത് ആഞ്ഞുകുത്തിയാലോ എന്നുവരെ തോന്നി അപ്പുവിന്.

“ചുറ്റും ശത്രുക്കളാണെഡോ. നീയും എന്റെ ശത്രുവാ?”

അയ്യപ്പൻ ചോദിക്കുകയാണ്.

അപ്പു അയാളെ തറപ്പിച്ചു നോക്കി.

“ന്താടാ എന്നെ കൊല്ലണോ? ന്നാ കൊല്ല്. ആരെങ്കിലും എന്നെ കൊല്ലും ഉറപ്പാ. അത് നിന്റെ കൈകൊണ്ടായിക്കോട്ടെ.”

“ഇങ്ങനെ വീട്ടിൽ ചെന്നാ ആ അപ്സരസ്സുതന്നെ ഇയാളെ കുത്തിക്കൊല്ലും.”

അപ്പു പറഞ്ഞു.

അയ്യപ്പൻ മുണ്ടുമടക്കിക്കുത്തി എഴുന്നേറ്റു.

"അവളെപ്പറ്റി തനിക്കൊരു ചുക്കുമറിയില്ല. കൊല്ലാൻ പോയിട്ട് തറപ്പിച്ചൊന്നു നോക്കാൻപോലും രോഹിണിക്കാവില്ല. അവള്മാരെ ചൊൽപ്പടിക്കു നിർത്താൻ പറ്റിയില്ലെങ്കിൽ നമ്മളൊക്കെ എന്തിന് ആണായിട്ട് നടക്കണം? അവളാണെഡാ യഥാർത്ഥ പെണ്ണ് – ഒറിജിനൽ ഭാരതസ്ത്രീ. അവളെ മാത്രം എനിക്ക് വിശ്വാസം. അവളെമാത്രം എനിക്ക്."

അയ്യപ്പൻ കുപ്പിയുമായി എഴുന്നേറ്റു. വാതില്ക്കൽ അറച്ചു നില്ക്കുന്ന അപ്പുവിനോട് അമർത്തി മൂളി അയ്യപ്പൻ ഇരുട്ടിലേക്ക് ഇറങ്ങിനടന്നു.

അല്പനേരത്തിനുശേഷം ഇടിയും മിന്നലുമുണ്ടായി. പിന്നെ മഴയും.

(തബലിസ്റ്റ് അയ്യപ്പൻ: കെ ജി ജോർജിന്റെ *യവനിക*യിൽനിന്ന്)

ശരിയടയാളം

ചങ്കുറപ്പുള്ളവർ, ചഞ്ചലചിത്തർ, സുഖലോലുപർ, ഭോഷന്മാർ, നീചന്മാർ എന്നിങ്ങനെ ആണുങ്ങൾ അഞ്ചു തരക്കാരാണെന്ന് ഭഗത്സിങ് മെമ്മോറിയൽ റീഡിങ് റൂമിന്റെ വരാന്തയിൽവെച്ചാണ് അതിന്റെ സെക്രട്ടറി പ്രശാന്തൻ മനസ്സിലാക്കുന്നത്. കരിങ്കല്ലിന്റെ പേപ്പർ വെയ്റ്റുകൾ സ്ഥാനം തെറ്റിയതുകാരണം ഇരുത്തിയിൽനിന്ന് പാറിവീണ് വരാന്തയിലാകെ ഒഴുകിനടക്കുന്ന പല ജാതി പ്രസിദ്ധീകരണങ്ങൾ അടുക്കിക്കുടഞ്ഞുവെക്കുന്നതിനിടയിൽ അടുത്തിടെ പുറത്തിറങ്ങിയ മനഃശാസ്ത്ര മാസിക കൈയിൽ തടയുകയായിരുന്നു.

ലഘുവായ സൈക്കോളജിക്കൽ ടെസ്റ്റുവഴി ഏതൊരാണിനും അവന്റെ നിലവാരമളക്കാം. എപ്പോഴും, പലപ്പോഴും, വല്ലപ്പോഴും, ഒരിക്കലുമില്ല എന്നീ ഉത്തരങ്ങളുള്ള ചോദ്യങ്ങളാണ് മിക്കതും. യോജിച്ചതിനു നേരേ ശരിയടയാളമിട്ട് സ്കോർ തിട്ടപ്പെടുത്തി വിശകലനം ചെയ്യുകയേ വേണ്ടൂ. സ്വന്തം ശക്തിയും ദൗർബല്യവും തിരിച്ചറിയുകയാണ് വിജയത്തിന്റെ ആദ്യ ചവിട്ടുപടിയെന്നും ശക്തർ അഹങ്കരിക്കാതെ തങ്ങളുടെ നിലവാരം സംരക്ഷിക്കണമെന്നും ദുർബ്ബലർ നിരാശരാവാതെ അഭിരുചികൾ മാറ്റി നിലവാരം ഉയർത്താൻ ശ്രമിക്കണമെന്നും മനഃശാസ്ത്രജ്ഞൻ ഉപദേശിക്കുന്നു. സാധാരണഗതിയിൽ ഇമ്മാതിരി വ്യക്തിത്വവികസന നിർദ്ദേശങ്ങൾക്കൊന്നും പ്രശാന്തൻ കാതു കൊടുക്കാറില്ല. *ജീവിതവിജയത്തിനു മുപ്പത്തൊന്നു ദിവസം* എന്ന പുസ്തകം പ്രസിഡന്റ് കെ പി കെ യിൽ നിന്ന് ഒരിക്കൽ വാങ്ങിവായിച്ചു നോക്കിയെങ്കിലും രണ്ടുമൂന്നു പേജുകൾക്കുള്ളിൽത്തന്നെ ചെടിപ്പ് അനുഭവിച്ചറിഞ്ഞു. ബുക്ക് നോക്കി പഠിച്ച് ജ്യോത്സ്യരാവാം. വൈദ്യരാവാം. മനുഷ്യരാകുന്നതെങ്ങനെ എന്നാണ് പ്രശാന്തന്റെ ചോദ്യം.

എങ്കിലും ആരാണ് താനെന്ന് സ്വയം കണ്ടെത്തുക നല്ല നേരമ്പോക്കാണെന്ന് പ്രശാന്തനു തോന്നി. അവനവനെത്തന്നെ സംശയിക്കുന്ന കാലമാണിത്. ഉള്ളിൽ ഒളിഞ്ഞുകിടന്നു കടിഞ്ഞാൺ വലിക്കുന്ന സ്വഭാവവിശേഷങ്ങൾ ഒരു കണ്ണാടിയിലെന്നപോലെ കാണാൻ പറ്റുമെങ്കിൽ അതൊന്നറിയുകതന്നെയെന്നുറച്ച് പ്രശാന്തൻ ചോദ്യാവലിയിൽ കണ്ണുപായിച്ചു.

പ്രതിസന്ധി മുന്നിലുള്ളതായി അനുഭവപ്പെടുന്നുണ്ടോ. ഇടംവലം നോക്കാതെ ഒന്നാം ചോദ്യത്തിന്റെ ശരിയുത്തരം ടിക് ചെയ്തുകഴിഞ്ഞപ്പോൾ അകത്തു ചാനലുകൾ മാറിമാറി കണ്ടുകൊണ്ടിരിക്കുന്ന പ്രസിഡന്റ് കെ പി കെ കൈയിൽ റിമോട്ടുമായി ജേതാവിന്റെ മുഖഭാവത്തോടെ പുറത്തുവന്നു പറഞ്ഞു:

ബദൽ പു ക സ ലാന്റ് ചെയ്തിട്ടുണ്ട്. ഒന്നും മനസ്സിലാകാതെ പ്രശാന്തൻ കണ്ണുയർത്തി.

പു ക സേന്ന് പുകച്ചു പുറത്തുചാടിച്ചവർ ചേർന്ന് പുതിയ സംഘടന ഉണ്ടാക്കീറ്റ്ണ്ട്ന്ന്. മനോരമ ന്യൂസിന്റെ അടീല് എഴ്തി ഓടിക്ക്ന്ന്ണ്ട്.

പ്രശാന്തൻ മറുപടിയൊന്നും പറയാതെ ചോദ്യാവലിയിലേക്കു കണ്ണുപായിച്ചു.

കച്ചറക്കാരെല്ലാം പോയതുതന്നെ സമാധാനം.

കെ പി കെ യുടെ മുഖത്ത് ആശ്വാസം. പ്രശാന്തൻ പ്രതികരിച്ചില്ല. അല്ലെങ്കിലും പുള്ളിക്കാരനെ നമ്പാൻ പറ്റില്ല. അടുത്തകാലത്തുള്ള ചില ചോദ്യങ്ങളും സംശയങ്ങളും വെച്ചുനോക്കുമ്പോൾ കക്ഷിയുടെ ലൈൻ വേറെയാണ്. സോഷ്യൽ ഡെമോക്രസി, ഫോർത്ത് വേൾഡ് കൊളണൈസേഷൻ, ലിക്വിഡൈസേഷൻ, ഗോർബച്ചേവിസം തുടങ്ങിയ കടിച്ചാൽ പൊട്ടാത്ത വാക്കുകൾകൊണ്ടാണ് അഭ്യാസം. ആരെങ്കിലും മുടി ചീകിയാൽ മതി. ഷർട്ടിന്റെ ബട്ടൺ മുഴുവനിട്ടാൽ മതി, കാറിലൊന്ന് കയറിപ്പോയാൽ മതി, വെള്ളം ചേർത്തു വെള്ളംചേർത്തു എന്നുപിറുപിറുത്തുകൊണ്ടിരിക്കും. ആകെ മൊത്തം ബുജി ലുക്കാണ്. പ്രായോഗികതയെപ്പറ്റി തരിമ്പും മനസ്സിലാക്കാത്ത ഒരുതരം വരട്ടു ലൈൻ.

കമ്മിറ്റി ഒന്നാകെ എതിരുനിന്നിട്ടും കഴിഞ്ഞ ഓണപ്പരിപാടിയിൽ ഈ ഗണത്തിലുള്ള ഏതെങ്കിലും സാംസ്കാരിക പ്രഭാഷകനെത്തന്നെ വിളിക്കണം എന്നു വാശിപിടിച്ച് അലമ്പാക്കിയത് ഈ പ്രസിഡന്റ് ഒറ്റൊരുത്തനാണ്. ഏതു സമയത്താണ് ഇവന്മാരുടെ ഉള്ളിലുള്ള വിഷം പുറത്തേക്കു ചീറ്റുക എന്നു പറയാനാവില്ല. നമ്മൾ സ്റ്റേജ് കെട്ടിക്കൊടുത്ത് നമ്മൾക്കെതിരെതന്നെ ഒളിയമ്പ് എയ്യാൻ തുടങ്ങിയാലോ! ദൈവത്തെയും വിശ്വാസത്തെയും ആചാരത്തെയും തള്ളിപ്പറയേണ്ടതുതന്നെ. എത്ര പുരോഗമനം പറഞ്ഞാലും വിശ്വാസികളെ പച്ചയ്ക്കു പരിഹസിക്കാൻ പാടുണ്ടോ? കായ്ച്ചു നില്ക്കുന്ന ജനകീയാസൂത്രണമെന്ന വൻവൃക്ഷത്തിന്റെ നേർക്ക് ഗൂഢാലോചനയെന്നു പറഞ്ഞ് കല്ലെറിഞ്ഞാൽ ഗുണഭോക്താക്കൾ അടങ്ങിയിരിക്കുമോ? അയൽക്കൂട്ടങ്ങളെ അരാഷ്ട്രീയമെന്ന്

അധിക്ഷേപിച്ചാൽ അതുകൊണ്ട് പച്ചരിപിടിക്കുന്ന പെണ്ണുങ്ങൾ പൊറുക്കുമോ? കുട്ടികൾക്ക് ആശയും ആവേശവുമായ പുതിയ പാഠ്യപദ്ധതിയെ അരാജകത്വം ഉണ്ടാക്കുന്നു എന്ന് പുലമ്പിയാൽ ആണത്തമുള്ള രക്ഷിതാക്കൾ സഹിക്കുമോ? ജനഹൃദയങ്ങളിൽ പടർന്നുപന്തലിച്ച കേശാസാപയ്ക്കെതിരെ നെറികെട്ട നുണപ്രചരണം അഴിച്ചുവിട്ടാൽ ശാസ്ത്രബോധമുള്ളവർ ക്ഷമിക്കുമോ?

മുന്നിലിരിക്കുന്ന ശ്രോതാക്കളുടെ ലൈൻ മനസ്സിലാക്കിയിട്ടുവേണ്ടേ, വാക്കുകൾകൊണ്ട് കസർത്തുകളിക്കാൻ!

യോഗത്തിൽ അദ്ധ്യക്ഷൻ കെ പി കെ നിലപാടുകൾ വ്യക്തമാക്കി. ഇപ്പറഞ്ഞ ശ്രോതാക്കളുടെ മനസ്സുമുഴുവൻ ഇയാളുടെ കൈയിലാണോ എന്നു സെക്രട്ടറി.

ഇത്തവണ രാഷ്ട്രീയക്കാരെ വിളിക്കാമെന്ന് ഒരു കൂട്ടർ. വായനശാലയിൽ രാഷ്ട്രീയമോ എന്ന് വേറൊരു കൂട്ടർ. സാർവ്വദേശീയ, ദേശീയ, പ്രാദേശിക സംഭവവികാസങ്ങൾ ചർച്ചചെയ്ത് തിരുവോണത്തിലെത്തുമ്പോഴേക്കും മാവേലി കുന്നുകയറുമെന്ന് മറ്റൊരു കൂട്ടർ.

ഇക്കാര്യങ്ങളൊന്നുമല്ലാതെ മാവേലിത്തമ്പുരാന്റെ കൊമ്പൻമീശയെപ്പറ്റിയും കുടവയറിനെപ്പറ്റിയുമാണോ പ്രസംഗിക്കേണ്ടത് എന്ന് അടുത്ത കൂട്ടർ. ബൺ ഈറ്റിങ്ങും ബലൂൺ ഫൈറ്റിങ്ങും ആംഗ്യപ്പാട്ടും ആനയ്ക്ക് വാൽവരയ്ക്കലും കൊണ്ട് ഇത്തവണ ഓണമാഘോഷിക്കാമെന്നും അസഹ്യമായ പ്രസംഗങ്ങളും പ്രഭാഷണങ്ങളും ഒഴിവാക്കണമെന്നും ചില മദ്ധ്യസ്ഥന്മാർ. അവസാനം കെ പി കെ എഴുന്നേറ്റു.

“ഓണപ്പരിപാടി കംപ്ലീറ്റ് വേണ്ടെന്നുവെക്കലാണ് ഏറ്റവും സെക്കുലറായ ആശയം.”

അതുംപറഞ്ഞ് യോഗം പിരിച്ചുവിടുകയാണുണ്ടായത്.

പ്രശാന്തന്റെ പ്രതികരണം അറിയാനുള്ള തിടുക്കത്തിലാണ് കെ പി കെ. തിളച്ചുമറിയേണ്ടുന്ന സമയം കഴിഞ്ഞിട്ടും ചൂടാവുന്ന ലക്ഷണം പോലും കാണുന്നില്ല.

“മറ്റുള്ളവർ നിങ്ങളിൽ പ്രതീക്ഷിക്കുന്ന കാര്യങ്ങളെക്കുറിച്ച് നിങ്ങൾ ബോധവാനാണോ?”

കെ പി കെ യുടെ സന്തോഷത്തിൽ പങ്കുചേരുന്നുവെന്ന് ചെറുചിരികൊണ്ട് സൂചിപ്പിച്ചശേഷം പ്രശാന്തൻ ഉത്തരത്തിനുനേരെ ശരിയടയാളമിട്ടു.

“ഇനിയും ചെലര് അയ്ന്റോപ്പരം പോകാന്ണ്ട്. ഇത് സ്റ്റാർട്ടിങ്ങാ.” കെ പി കെ പിരി കയറ്റാൻ നോക്കി. ഇലകൊഴിയുന്ന ബാറുപോലും പ്രശാന്തന്റെ മുഖത്തു കാണാനില്ല. ചെമ്മീൻ തുള്ളിയാൽ മുട്ടോളം പിന്നെ തുള്ളിയാൽ ചട്ടീല്.

അല്ലെങ്കിലും ഒരു പരിധിവരെയേ വാദിക്കാൻ ആളുണ്ടാവൂ. പുറത്തുപോയാൽ പോക്കുതന്നെ. എതിരാളികളുടെ ചട്ടുകമാകുന്നുണ്ടെന്നു തോന്നിയാൽ സാമാന്യബോധമുള്ളവർ പിന്തിരിയും. തുപ്പുകോളാമ്പി

യിൽ വീണത് തക്കാളിയായാലും വർജ്ജിക്കും.

ഇപ്പോൾത്തന്നെ നോക്കൂ. ഒരു പ്രതികരണംപോലും കേൾപ്പിക്കാതെ കൊച്ചു പിള്ളേരെപ്പോലെ വീക്കിലിയിൽ വഴി കണ്ടുപിടിക്കുകയോ കുത്തുകൾ യോജിപ്പിക്കുകയോ പദപ്രശ്നം പൂരിപ്പിക്കുകയോ ചെയ്യുന്നു.

കെ പി കെ ഊരിയ വാൾ ഉറയിലിട്ടുമടങ്ങി. പീപ്പിളിലെങ്ങിനെയാണ് എഴുതിക്കാണിക്കുന്നുണ്ടാവുക എന്നറിയാൻ റിമോട്ടുകൊണ്ട് ധൃതിയിൽ പരതാൻ തുടങ്ങി.

അപ്രസക്തമായ ചോദ്യങ്ങൾ ഔചിത്യമല്ലാത്ത അവസരങ്ങളിൽ ഉന്നയിക്കാറുണ്ടോ? ജീവിതത്തിലുണ്ടാകുന്ന ഓരോ സംഭവവും നിയന്ത്രണവിധേയമാണെന്നു കരുതുന്നുണ്ടോ? ഒരിക്കലും ചെയ്യാൻ പാടില്ലാത്തതെന്ന് നിങ്ങൾക്കുതോന്നുന്ന പ്രവർത്തനങ്ങൾ നിങ്ങളുടെ അടുത്ത ബന്ധുങ്ങളോ സുഹൃത്തുക്കളോ നടപ്പാക്കുമ്പോൾ അവരോടു നീരസം തോന്നാറുണ്ടോ? ഉറച്ച തീരുമാനമെടുക്കാൻ കഴിയാറുണ്ടോ? പകൽ ഉറങ്ങാൻ തോന്നാറുണ്ടോ? രാത്രി ഉറക്കം ലഭിക്കാറുണ്ടോ? രാവിലെ ഉണർന്നാൽ കിടക്കയിൽനിന്ന് എഴുന്നേല്ക്കാൻ മടിക്കാറുണ്ടോ? അകാരണമായി ഭയക്കാറുണ്ടോ? അന്യരോട് കയർക്കാറുണ്ടോ?....

യോജിച്ച ഉത്തരങ്ങൾക്കുനേരെ ശരിയടയാളം തുരുതുരാ വീണുകൊണ്ടിരുന്നു.

പത്തുമണിക്ക് വാർത്തകളുടെ കൊട്ടിക്കലാശത്തിനുശേഷമാണ് പ്രസിഡന്റ് കെ പി കെ റീഡിങ് റൂമിൽനിന്ന് സാധാരണ പുറത്തിറങ്ങാറ്. അപ്പോഴേക്കും സെക്രട്ടറി പ്രശാന്തൻ വരാന്തയിലും മുറ്റത്തുമായി പാറിക്കളിക്കുന്ന പത്രമാസികകളെല്ലാം ഒതുക്കിക്കൂട്ടി അകത്തെ തട്ടിൻമുകളിൽ കയറ്റിവെച്ച് മുകളിലേക്കു പുറപ്പെട്ടിരിക്കും.

ഒരു നാടകത്തിൽ അഭിനയിക്കാൻ അവസരം ലഭിച്ചാൽ നിങ്ങൾ (ക) നായകവേഷം വേണമെന്ന് ആഗ്രഹിക്കും. (ഖ) വിദൂഷകന്റെ റോൾ ഇഷ്ടപ്പെടും (ഗ) വില്ലൻ കഥാപാത്രത്തെ താല്പര്യത്തോടെ സ്വീകരിക്കുന്നു. (ഘ) ഏതു വേഷവും ഇണങ്ങും എന്നു തീർച്ചപ്പെടുത്തും. (ങ) വേഷങ്ങളൊന്നും സ്വീകരിക്കാതെ ഒഴിഞ്ഞുമാറും.

"ഇന്നെന്താ പോവാനായില്ലേ സെക്രട്ടറീ?"

കെ പി കെ യുടെ ചോദ്യം കേട്ടപ്പോഴാണ് പ്രശാന്തന് പരിസരബോധം വീണുകിട്ടിയത്.

ഇങ്ങനത്തെ ഒരു പ്രോബ്ലം നിങ്ങളുടെ മുന്നിലുണ്ടെങ്കിൽ എന്തായിരിക്കും സൊല്യൂഷൻ എന്നുചോദിച്ച് പ്രശാന്തൻ കെ പി കെയുടെ നേരെ മാസിക നീട്ടി. സൂക്ഷ്മവായനയ്ക്കുശേഷം സംശയലേശമെന്യേ കെ പി കെ പറഞ്ഞു.

ഗ

"ദെന്ത അങ്ങനെ?"

*മഞ്ഞിൽവിരിഞ്ഞ പൂക്കളി*ലെ മോഹൻലാല് എമ്മാതിരി വില്ലനേര്ന്നു. എന്നിട്ട് ഉയർന്നുയർന്ന് ഇപ്പോഴ് എട്യെത്തീന്ന് നോക്ക്യാട്ടെ.

അയ്ന്റൊത്തെ ഹീറോന്റെ കാര്യോ. എട്ക്കാനും ബക്കാനുമുണ്ടോ?"

ഒറ്റശ്വാസത്തിൽ മറുപടി പറഞ്ഞ് കെ പി കെ പടിയിറങ്ങി.

വായനശാലയുടെ വാർഷികത്തിന് സ്വന്തമായി നാടകം കളിക്കണമെന്നും *വിശപ്പ്* എന്ന പേരിൽ ഒരു സ്ക്രിപ്റ്റ് സംഘടിപ്പിച്ചിട്ടുണ്ടെന്നും യോഗത്തിൽ പറഞ്ഞപ്പോൾ ആകാശത്തൂടെ പറക്ക്ന്ന അടി കോണികയറി വാങ്ങിയില്ലേ എന്നു പലരും പറഞ്ഞ് പരിഹസിച്ചത് പ്രശാന്തൻ ഓർത്തു.

"പേരുതന്നെ നോക്യാട്ടെ. കഴിഞ്ഞ നൂറ്റാണ്ടിലോ മറ്റോ കളിക്കേണ്ട നാടകാ അത്ന്ന് ഒറപ്പ്."

"മിമിക്രിയോ ഗാനമേളയോ കൊണ്ടരാണ്ട് ഇക്കാലത്ത് പിരിവ് കിട്ടില്ല. പിരിവിന് പോകാൻ ആളേം കിട്ടില്ല."

"പക്ഷേങ്കില് ജനനേതാക്കന്മാരെ അവന്മാര് വെല്ലാണ്ട് ഇൻസൾട്ടാക്കും. നമ്മള് തന്നെ അയ്ന് അവസരമുണ്ടാക്കണോ?"

സമവായത്തിനുവേണ്ടി പ്രസിഡന്റ് എഴുന്നേറ്റു.

"സുഹൃത്തുക്കളേ, ഈ നിർദ്ദേശത്തെ നമ്മള് ചെറുതായി കാണരുത്. നാട്ടുകാർ എഴുതി, നാട്ടുകാർ ഡയറക്ടറ് ചെയ്ത്, നാട്ടുകാർ അഭിനയിക്കുന്ന നാടകം ഒരു നാടിനെ സംബന്ധിച്ചിടത്തോളം അഭിമാനാർഹമായ സംഗതി തന്ന്യാ. അയ്നെ നമ്മള് പ്രോത്സാഹിപ്പിക്കണം. പക്ഷേ, ഏതൊരു സംരംഭത്തിനു ഒര്ങ്ങിപ്പൊറപ്പെടുമ്പോഴും അതിന്റെ പ്രായോഗികതയെയും നമ്മൾ കണക്കിലെടുക്കണം. അഭിനയിക്കാൻ ആൾക്കാരെ കിട്ട്വോ. കാണാനാള്ണ്ടാവ്വോ. കളക്ഷൻ കിട്ട്വോ.... മിമിക്സ് പരേഡ് പോലത്തെ മെഗാപരിപാടികളാവുമ്പം ഇങ്ങനത്തെ പ്രശ്നങ്ങളൊന്നും ഉദിക്ക്ന്നില്ല. നമ്മുടെ ആളുകൾക്ക് നേരം കളയാനും വിഷമം മറക്കാനും ഇത്തിരി തമാശ, ഇത്തിരി നേരമ്പോക്ക്, അതിലൊരു തെറ്റും കാണാൻ കഴിയില്ല. ഇനി നേതാക്കന്മാരെ അവന്മാർ അവഹേളിക്കൂലേന്ന്. നമ്മള് ഇപ്പോഴും സങ്കുചിതമായിറ്റ് കാര്യങ്ങള് കാണ്ന്ന് പരിഹസിച്ചാല് അയ്ലന്താപ്പത്ര കൊഴപ്പം. നമ്മളെ കുറ്റും കൊറവും മറ്റുള്ളോര് ചൂണ്ടിക്കാണിച്ച് തന്നാല് കൊള്ളേണ്ടത് കൊള്ളണം. തള്ളേണ്ടത് തള്ളണം. ആവിഷ്കാരസ്വാതന്ത്ര്യത്തിനു നേരെ കുതിരകയറുന്നത് ജനാധിപത്യ സംവിധാനത്തില് ഭൂഷണമല്ല. ആൾക്കാര് തൊറന്ന് പറയട്ടെ, ഇങ്ങനൊക്കെ പറഞ്ഞാലും, മിമിക്രിക്കാർടെ ആരാധകനാണ് ഞാനെന്ന് തെറ്റിദ്ധരിക്കരുത്. അഭിനയിക്കാൻ സന്നദ്ധതയും അർപ്പണബോധവുമുള്ള ചെറുപ്പക്കാരെ കിട്ട്വങ്കില് നാടകമെന്ന ആശയം നടപ്പാക്കണംന്നന്ന്യാ അദ്ധ്യക്ഷനെന്ന നിലയിൽ എന്റെ അഭിപ്രായം."

കെ പി കെ യുടെ മറുപടി കൂടിയായപ്പോൾ എല്ലാവരും നിശ്ശബ്ദരായി. മിമിക്രി തീരുമാനം തന്നെ കൈയടിച്ച് അംഗീകരിക്കപ്പെട്ടു. പേരുകൊണ്ടുതന്നെ അറുപഴഞ്ചനായ *വിശപ്പ്* അവതരിപ്പിക്കാനാവാതെ ചീറ്റിപ്പോയതിൽ എല്ലാവരും ആശ്വസിച്ചു. നായകനെയും വില്ലനെയും വിദൂഷകനെയും പ്രത്യക്ഷത്തിൽ തിരിച്ചറിയാനാവാത്ത നാടകമായിരുന്നു

വിശപ്പ്. തെരുവിലെ കുപ്പത്തൊട്ടിയിൽനിന്ന് എച്ചിൽ വാരിത്തിന്ന് വിശപ്പടക്കുന്ന അർദ്ധനഗ്നരായ കുറേ കോലങ്ങളാണ് കഥാപാത്രങ്ങൾ. ആൾക്കൂട്ടത്തിൽ മുന്നേതന്നെ ഒളിച്ചു നില്ക്കുന്ന നടന്മാർ പൊടുന്നനേ തെണ്ടികളായി കുപ്പത്തൊട്ടിയിൽ ചാടിക്കയറി എച്ചിലിനുവേണ്ടി പോരടിക്കുന്നു. കുപ്പത്തൊട്ടിയിൽ ഒന്നുമില്ലാത്ത ഒരൊഴിവുദിവസം വിശപ്പ് അവരുടെ കണ്ണുകളെ വന്യവും ക്രൂരവുമാക്കി. എല്ലാ കണ്ണുകളും കൂട്ടത്തിലൊരുവന്റെ നെഞ്ചിൻകൂട്ടിലേക്ക് ആഞ്ഞുതറയ്ക്കുകയും പല്ലും നഖവുമാഴ്ത്തി അവനെ ചോരയോടെ ഭക്ഷിക്കുകയും ചെയ്യുന്നു. എല്ലുകൾ കടിച്ചുമുറിക്കുന്നതിന്റെ ശബ്ദം ചുറ്റും അലയടിക്കുന്നു.

നാടകത്തിന്റെ ഓരോ രംഗവും ഓർത്തെടുത്ത് പ്രശാന്തൻ ഉത്തരത്തിനു നേരെ ശരിയടയാളമിട്ടു.

അപരിചിതമായ സ്ഥലത്ത് നിങ്ങൾ എത്തിച്ചേരുന്നു. എന്നു സങ്കല്പിക്കുക. നിങ്ങളുടെ മുന്നിൽ നീണ്ട ഒരു ഇടനാഴിയുണ്ട്. അതിലൂടെ നടന്ന് അങ്ങേത്തലയ്ക്കൽ എത്തിയാൽ അഞ്ചു സാദ്ധ്യതകളുണ്ട്. നിങ്ങളുടെ സ്വഭാവമനുസരിച്ച് ഏതു മാർഗ്ഗമായിരിക്കും ആദ്യം പരീക്ഷിക്കുക.

(ക) ഇടത്തേക്കുതിരിഞ്ഞ് വിശാലമായ പുൽത്തകിടിയിലേക്ക് പ്രവേശിക്കാം.

(ഖ) വലതുവശത്തെ വാതിൽ തുറന്ന് അപ്പുറത്തെന്താണെന്നു നോക്കാം.

(ഗ) മുന്നിലുള്ള ഏണിപ്പടികയറി ആ വഴി ഉയർന്നുപോകാം.

(ഘ) എത്തിയ സ്ഥലത്തുതന്നെ നില്ക്കാം.

(ങ) വന്ന വഴിയേ തിരിച്ചുനടക്കാം.

അവസാനത്തെ ചോദ്യത്തിനും ശരിയടയാളമിട്ടശേഷം പ്രശാന്തൻ സ്കോർ കൂട്ടിനോക്കാൻ തുടങ്ങി.

സുഗന്ധമഴ

ആദ്യം പുറത്തെറിയപ്പെട്ടത് ചന്ദനക്കളറുള്ള ഹാന്റ് ബാഗ്. പിന്നാലെ വവ്വാൽ ചിറകടിച്ചുവരുമ്പോലെ കുട. തുടർന്ന് ചാന്തുകുപ്പി, പൗഡർ ടിൻ എന്നിവ ആകാശത്തോളം ഉയർന്ന് തലചുറ്റി വീണു. വസ്ത്രങ്ങൾ ചുരുട്ടിയെറിയുന്നതു കണ്ടപ്പോൾ തീഗോളങ്ങൾ തുപ്പുന്ന രാക്ഷസനെപ്പോലെ വീട് ഉറഞ്ഞുതുള്ളുന്നതായി തോന്നി. എല്ലാറ്റിനും പിറകേ ശക്തമായ ചവിട്ടിന്റെ തള്ളലിൽ നടുമുറ്റത്ത് നോക്കുകുത്തിയെപ്പോലെ ചലനരഹിതമായി നില്ക്കുന്ന എന്റെ മീതെ വിമല കമഴ്ന്നടിച്ചു വീണു.

എന്റെ ഇതളുകൾ ഞെരിഞ്ഞമരുകയാണ്. തണ്ടുകൾ ചതഞ്ഞു മുറിയുകയാണ്. പൂവുകൾ ഉതിർന്നുവീഴുകയാണ്. എങ്കിലും സാരമില്ല. സിമന്റുതറയ്ക്കുമീതെ തളിരിലകളുടെ മാർദ്ദവത്തിൽ വിമലയുടെ നെറ്റിക്കൊന്നും പറ്റിയില്ലല്ലോ.

വീഴ്ചയിൽത്തന്നെ അല്പനേരം കിടന്നശേഷം വിമല അനങ്ങി. പെട്ടെന്ന് എന്റെ പരിശുദ്ധിയിലേക്ക് ഒരു കെടുനിശ്വാസം പകർന്നൊഴുകി. അതിനു മദ്യത്തിന്റെ രൂക്ഷഗന്ധം. ഇതു പ്രതീക്ഷിച്ചതല്ല. എന്തു വൃത്തികെട്ടവളാണീ വിമല!

വെയിൽ കൈപ്പടംവരെ ഇഴഞ്ഞുകയറിയപ്പോൾ വിമല മുഖമുയർത്തി. ഹാവൂ! ഞെരിഞ്ഞമർന്ന ഇതളുകൾ വീണ്ടും വിടർന്നു വളഞ്ഞുപോയ ശാഖകൾ നിവർന്നുയർന്നു. ശ്വാസം മുട്ടിക്കുന്ന മദ്യഗന്ധകമകന്നതാണേറെ ആശ്വാസം. അതേസമയം വേരുകൾ ഊറ്റിയെടുത്ത കണ്ണീരിന്റെ ചൂട് എന്റെ സിരകളെ പൊള്ളിച്ചു. വിമല ഇരുകൈകളും തലയ്ക്കു താങ്ങായി വച്ച് നിറകണ്ണുകളോടെ എന്നെ നോക്കുകയാണ്. കവിളിലൂടെ ഒലിച്ചിറങ്ങുന്ന കണ്ണീരിൽ എന്റെ ഇളംപച്ച പ്രതിഫലിച്ചു.

എനിക്കാരുമില്ലാതായല്ലോ ദൈവമേ...

വിമലയുടെ ദീനവിലാപം കേട്ടപ്പോൾ ആദ്യം നിനക്ക് ഞാനുണ്ട്. എന്നുപറയാൻ തോന്നിപ്പോയി. നാവില്ലല്ലോ. പൊടുന്നനേ ഒരിളംകാറ്റ് സഹായത്തിനെത്തി. മൃദു ദലങ്ങളുള്ള ഒരു ശാഖ കുനിഞ്ഞ് വിമലയുടെ കവിളിൽ തലോടി. കണ്ണീരിന്റെ ചൂടുള്ള നനവ് ഞാൻ തൊട്ടറിഞ്ഞു. പിന്നീടാണു തോന്നിയാൽ വേണ്ടായിരുന്നു തോന്ന്യാസികളോട് സഹതപിച്ചിട്ടു കാര്യമില്ല.

നീയും എന്നെ കൈവിട്ടുവോ...?

വിമല എന്റെനേരെ നിസ്സഹായതയുടെ നോട്ടമെറിയുകയാണ്. വീണ്ടും ആ നോട്ടത്തിൽ ദൈന്യമുണ്ട്. പരാതികളും പരിഭവങ്ങളും ഏറ്റുവാങ്ങി ആശ്വാസത്തിന്റെ വെളിപാടുകൾ നല്കാൻ ഞാൻ ദൈവമോ, ദൈവദൂതനോ അല്ല. എങ്കിലും വിമലയ്ക്കു പറയാനുള്ളത് എനിക്ക് കേൾക്കാനാവും. ആ കൈകളാണല്ലോ പ്രഭാതത്തിൽ വാൽക്കിണ്ടി നിറയെ തെളിവെള്ളംകൊണ്ട് എന്നിൽ ജീവൻ നിറച്ചുതരുന്നത്. ആ കൈകളാണല്ലോ മണ്ണിന്റെ മണമുറ്റി പ്രപഞ്ചത്തിന്റെ ഈ കൊച്ചുമൂലയിൽ സൗരഭ്യം വിതറാൻ എനിക്കവസരം നല്കിയത്. ഈ കൈകളാണല്ലോ ചിലപ്പോഴൊക്കെ കൊച്ചുകുഞ്ഞിന്റെ കീഴ്ത്താടി നുള്ളി കൊഞ്ചിക്കുമ്പോലെ കതിരില നുള്ളിയെടുത്ത് മുടിയിൽ ചൂടുന്നത്. ആ കരസ്പർശമേറ്റയിടങ്ങളിൽ തളിരുകൾ പെട്ടെന്നു വിടരാൻ വെമ്പും. വിമലയുടെ കണ്ണീർക്കടൽ കാണാനുള്ള കണ്ണുകളെനിക്കുണ്ട്. ഹൃദയസ്പന്ദനം കേൾക്കാനുള്ള കാതുകളെനിക്കുണ്ട്. പറയൂ...

ഒട്ടും ഇഷ്ടമല്ലാത്ത ഒരു സാധനം വേണ്ടെന്നു പറയാനും പാടില്ലേ എന്റീശ്വരാ! ഇതെന്തു ദുർവ്വിധി! നീലേശ്വരത്തെ നാടകം കഴിഞ്ഞ് എത്തിയതേയുള്ളൂ ഞാൻ. മനുഷ്യരോടു പറയണമാതിരി ഒരക്ഷരം എന്നോടുരിയാടിയില്ല. പോട്ടെ, വണ്ടിക്കാളയെപ്പോലെ തല്ലുന്നതെന്തിന്? അല്ലെങ്കിലും ഞാൻ നാടകം കളിക്കാന് പോണത് ഓർക്കിഷ്ടമില്ല. ആദ്യമൊക്കെ പറയണകേട്ട് നടന്നില്ലേ? എപ്പോഴെങ്കിലും ഉരിയരികൊണ്ടുതന്നിട്ടാണ് ഉറഞ്ഞുതുള്ളുന്നതെങ്കിൽ അത്രയും സഹിക്കാം. ആഴ്ചയിലൊന്നോ രണ്ടോ തവണ നാലുകാലിൽ വലിഞ്ഞുകേറി വന്നെങ്കിലായി. വരുമ്പോ പ്ലാസ്റ്റിക് സഞ്ചിയിൽ അയലയോ പോത്തിറച്ചിയോ കാണും. ചോറുവെക്കാൻ അരിയില്ലെന്നു പറഞ്ഞാൽ സഞ്ചിയെടുത്ത് ഒരേറാണ്. കടംവാങ്ങിയെങ്കിലും ചോറുവെച്ചുകൊടുക്കും ഞാൻ. കഷ്ടപ്പാടിനും ഒരതിരുവേണ്ടേ? അതാണ് വീണ്ടും നാടകം കളിക്കാൻ പോയത്. മുമ്പ് രോഗിയായ അച്ഛനുണ്ടായിരുന്നപ്പോൾ കണ്ടെത്തിയ ജീവിതമാർഗ്ഗമായിരുന്നു നാടകം. ഒറ്റയ്ക്കിരുന്ന് ഭ്രാന്തുപിടിക്കണേക്കാളും നല്ലതല്ലേ? മാത്രമല്ല, പണ്ടേതോ നാടകത്തിലെ വേഷംകണ്ടു ഭ്രമിച്ച് പരവശനായിട്ടാത്രേ എന്നെ കെട്ടിയെടുത്തോട്ടെ എന്ന് അഗതിയായ അച്ഛനോട് അപേക്ഷിച്ചത് എന്നൊരു കഥയുണ്ട്.

വിമല അല്പനേരം മനസ്സ് ശൂന്യമാക്കി. കണ്ണുകൾ അടഞ്ഞു.

ഇത്രയും കാലം തിരുമുറ്റത്ത് നിറഞ്ഞു നിന്നിട്ടും അകത്തെ നാടകം കാണാൻ കഴിയാത്തതിലെനിക്ക് സങ്കടം തോന്നി. അല്ലെങ്കിലും ഓരോ കാണിയും നോക്കുകുത്തിയാണ്. ഇപ്പോൾത്തന്നെ നോക്കൂ. വിമല എന്റെ മീതെ വന്നു വീണതുകൊണ്ടല്ലേ അവരുടെ സാന്നിദ്ധ്യം പോലുമറിയുന്നത്. സ്വസ്ഥതയാണു വേണ്ടതെങ്കിൽ ഒന്നും അറിയാതിരിക്കുന്നത് നല്ലതാണുതാനും.

വിമലയുടെ മുഖത്ത് വീശുന്ന ഇളംകാറ്റിൽ ഞാൻ സുഗന്ധം നിറച്ചു നാസികവിടർത്തി മുഴുവൻ ഹൃദയത്തിലൊഴുക്കി. പെട്ടെന്ന് അവർ ഞെട്ടി.

ഞാൻ മീൻ കൂട്ടിയിട്ടുണ്ട്. ഒട്ടും ഇഷ്ടമില്ലാത്ത പോത്തിറച്ചി കഴിച്ചിട്ടുണ്ട്. ഈശ്വരാ! എത്രതരം ലേബലുകളുള്ള മദ്യം കുടിച്ചിട്ടുണ്ട്! പൊറുക്കാനാവാത്ത ദൈവദോഷങ്ങൾ. ഓർക്കുമ്പോൾപ്പോലും ഞെട്ടലുണ്ടാക്കുന്ന സംഗതികൾ വേറെയുമുണ്ട്. എല്ലാം എന്റെ വിധി. ഒരു പാപിയായാണ് എന്റെ ജന്മം. അതാവാം പ്രാർത്ഥനകൾക്കൊന്നും ദൈവം ചെവികൊടുക്കാത്തത്.

വിമല തേങ്ങുകയാണ്.

ഇതാണ് എല്ലാ പെണ്ണുങ്ങൾക്കുമുള്ള ദോഷം. വിധി, തലേലെഴുത്ത് എന്നൊക്കെ തീർപ്പുകല്പിച്ച് സമാധാനത്തോടെ കരയുക. ദൈവം കേൾക്കുന്നുവോ ഇല്ലയോ എന്നെനിക്കറിഞ്ഞൂടാ. ഞാൻ കേൾക്കുന്നുണ്ട്. ഇലകളിലെയും തണ്ടുകളിലെയും സർവ്വസുഷിരങ്ങളും കാതുകളാക്കി കാത്തിരുന്നിട്ടും ഇളംകാറ്റിന്റെ സഹായത്താൽ സാന്ത്വനസ്പർശമേകിയിട്ടും എന്റെ സജീവ സാന്നിദ്ധ്യം നിങ്ങളറിയാത്തതാണ് കഷ്ടം. നിങ്ങൾ വിചാരിക്കുന്നു. ദുഃഖം നിങ്ങളുടെമാത്രം സ്വന്തക്കാരനാണെന്ന്. ദുഃഖവും ദുരിതവും ഇല്ലാത്തവരാരുണ്ട്? നോക്കൂ, ഞാൻ വെറുമൊരു ചെടിയല്ലേ, എന്റെ കുലജന്മപുരാണം തന്നെ കൊടിയ വഞ്ചനയുടെ കഥയാണ്. കേൾക്കണോ?

തുളസി എന്നു പേരായ ഒരു ദേവിയുടെ തലമുടിയാണത്രെ എന്റെ ആദ്യ രൂപം. ശാപഗ്രസ്തയായ തുളസി ഒരിക്കൽ ഭൂമിയിൽ രാജകുമാരിയായി ജന്മമെടുത്തു. വളർന്നപ്പോൾ അസുരാധിപന്മാരായ ശംഖചൂഡന്റെ പത്നിയുമായി. സർവ്വലോകങ്ങളും കീഴടക്കി ഇന്ദ്രാസനാരൂഢനായ ശംഖചൂഡനെ വകവരുത്താൻ ദേവഗണങ്ങൾ പരമശിവനോടു കേണപേക്ഷിച്ചു. തുളസിയുടെ പാതിവ്രത്യപ്രഭാവം കാരണം ശിവനുണ്ടോ ശംഖചൂഡനെ തൊടാൻ കഴിയുന്നു. ഒടുവിൽ മഹാവിഷ്ണു ശംഖചൂഡന്റെ വേഷത്തിൽ തുളസിയെ സമീപിച്ച് പാതിവ്രത്യഭംഗം വരുത്തിയെന്നും ആ നിമിഷംതന്നെ യഥാർത്ഥ ശംഖചൂഡനെ പരമശിവൻ നിഷ്പ്രയാസം നിഗ്രഹിച്ചു എന്നുമാണ് കഥ; തുളസിയുടെ ആത്മാവ് ഗോലോകത്തേക്ക് പറന്നുയരുകയും ശരീരം നദിയായൊഴുകുകുയും ചെയ്തു. അവളുടെ മുടിയാണത്രേ ഭൂലോകത്തെ പ്രഥമ തുളസിച്ചെടി.

പഴങ്കഥ കേട്ട് നിങ്ങൾ ബോറടിച്ചുകാണും. അല്ലേ? പക്ഷേ, വിമലയുണ്ടോ എന്റെ പുരാണം കേൾക്കുന്നു? ദുരന്തങ്ങൾ സാമാന്യവല്ക്ക

രിച്ച് ആശ്വസിപ്പിക്കാനുള്ള എന്റെ ശ്രമം പാഴ്‌വേലയായി. സാന്ത്വനവചനങ്ങളൊന്നും തിരിച്ചറിയാനാവാതെ വിമല തുടരുകയാണ്.

....ഞാൻ കേറിവന്നതുമുതല്ക്കാണത്രേ ബിസിനസ് പൊളിഞ്ഞു പാളീസായത്. അതിനുമുമ്പ് ലോകം കൊടികുത്തി വാഴുകയായിരുന്നു എന്നാണു വിചാരം. മദ്യത്തിൽ മുക്കിയ പുലഭ്യം കേൾക്കാൻ ഇലക്ട്രിക് പോസ്റ്റുപോലും തയ്യാറില്ലാത്തപ്പോൾ എന്നെ കെട്ടിക്കൊണ്ടുവന്നു എന്നതല്ലേ നേര്? കാൽക്കാശിനു വകയില്ലാത്ത അച്ഛൻ ഇരുവശവും നോക്കിയില്ല. ആഴ്ചയിൽ വീട്ടിലുണ്ടാവാറുള്ള ഒന്നോ രണ്ടോ ദിവസം മാത്രം കുടിച്ച മദ്യത്തിന്റെ കണക്ക് പടിഞ്ഞാറ്റയിലെ കുപ്പികളുടെ കൂമ്പാരം പറയും. കുറച്ചുകാലമായി എന്റെ മുയലുകളാണ് പ്രധാന ശത്രു. രണ്ടു മുയലുകൾക്ക് ആഴ്ചയിൽ അരക്കിലോ കാരറ്റു വാങ്ങിയാൽ ഒരു കുടുംബം മുടിഞ്ഞ് മുള്ളുവരുമോ? ഈശ്വരാ എനിക്കു കൂട്ടായി ആകെയുണ്ടായിരുന്ന മുയലുകൾ..!

മുയലുകളെപ്പറ്റി ഓർക്കുമ്പോൾ വിമലയുടെ കണ്ണുകൾ വീണ്ടും സജലങ്ങളാവുന്നു. ആരും ലാളിച്ചുപോകുന്നവയാണ് ആ മുയലുകൾ. അവയെ വെറുക്കാൻ കഴിയണമെങ്കിൽ ആ മനുഷ്യന്റെ ഹൃദയത്തിന്റെ സ്ഥാനത്ത് കരിങ്കല്ലോ മറ്റോ ആയിരിക്കും. മിനുത്ത ശരീരമുള്ള ഓമന മുയലുകൾ മുറ്റത്തൂടെ പലപ്പോഴും ഓടിക്കളിക്കുന്നത് കണ്ടിട്ടുണ്ട്. ചിലപ്പോഴൊക്കെ എന്റെ തറയിൽ വന്നിരുന്ന് ചുറ്റുമുള്ള പുൽനാമ്പുകൾ കടിച്ചുതിന്നും. വിമലയ്ക്ക് അവ സ്വന്തം മക്കളായിരുന്നു. അവയ്ക്ക് വിമലയുടെ ലാളനയിൽ സ്വർഗ്ഗതുല്യമായ സംതൃപ്തി. അസ്വാതന്ത്ര്യത്തിന്റെ അതിരുകളെക്കുറിച്ച് വ്യാകുലപ്പെടാതെ അവ മുറ്റത്തും മരക്കുടിലിലും അകത്തളങ്ങളിലും പുൽക്കാടുകളിലും വിമലയുടെ ചുമലുകളിലും എന്റെ തറയിലും സ്വച്ഛന്ദം വിഹരിച്ചു. ആ മുയലുകളെപ്പറ്റിയാണ് വിമല പറയുന്നത്.

...ഞാൻ നവഭാരത് തിയേറ്റേഴ്സിലുണ്ടായിരുന്ന സമയം. അവരുടെ അവസാനത്തെ നാടകം *സത്യമേവ ജയതേ*യിൽ ഭ്രാന്തിയായ നായികയുടെ വിനോദമായിരുന്നു മുയൽ വളർത്തൽ. അരങ്ങിലെ ഭ്രാന്തിക്കും അണിയറയിലെ ഭ്രാന്തിക്കും സമാനതകളേറെയുണ്ടായിരുന്നു. പത്തുപന്ത്രണ്ടു സ്റ്റേജുകളെ ലഭിച്ചിരുന്നുള്ളൂവെങ്കിലും മുയലുകൾ എന്റെ ആത്മമിത്രങ്ങളായി. നാടകക്കമ്പനി പൊളിഞ്ഞപ്പോൾ അവയെ എനിക്ക് സ്വന്തമായിക്കിട്ടി. വിരസജീവിതത്തിന് അവ ഒട്ടൊന്നുമല്ല സഹായിച്ചത്. അവയെനിക്ക് ജീവിക്കാനുള്ള ധൈര്യം തന്നു. ഇരുൾക്കാടുകൾ നിറഞ്ഞ മനസ്സിലെവിടെയോ നന്മയുടെ ഒരുതുണ്ട് വെളിച്ചം നിലനിർത്താനുള്ള പ്രേരണ പകർന്നു. എന്നാലിന്ന് നാടകം കഴിഞ്ഞെത്തി പടികയറുമ്പോൾ ഒഴിഞ്ഞ കൂടാണ് ഞാൻ കണ്ടത്. അമ്പരപ്പോടെ അകത്തുകടന്നപ്പോൾ അദ്ദേഹത്തോടൊപ്പം മറ്റൊരാളും ഉണ്ടായിരുന്നു. ഇരുവരുടെയും കണ്ണുകൾ മദ്യത്തിൽ മുങ്ങി ചീർത്തുപോയിരുന്നു. എന്നോടൊന്നും മിണ്ടിയില്ല. ഞാൻ അകത്തെ ഓരോ മൂലയിലും മുയലുകളെ പരതി. മുറ്റത്തും

പുൽച്ചെടികൾക്കിടയിലും മരക്കൊമ്പത്തും നോക്കി. കണ്ണെത്തുന്ന ദൂരത്തൊന്നും അവയെ കാണാനില്ല. അകത്തുനിന്ന് അദ്ദേഹത്തോടു ചോദിച്ചു: "എന്റെ മുയലുകളെവിടെ?" മദ്യത്തിന്റെ മണമുള്ള പൊട്ടിച്ചിരിക്കുശേഷം "അതാ അവിടെ" എന്നു പറഞ്ഞ് മുകളിലേക്കു കൈചൂണ്ടി, മോന്തായത്തിലെ മാറാലകൾ നോക്കി അമ്പരന്നുനില്ക്കവേ അദ്ദേഹത്തിന്റെ ശബ്ദത്തിന് കാഠിന്യമേറി: "നെന്റെ മുയലിനെ നോക്കാൻ എനിക്ക് ശമ്പളം തരുന്നുണ്ടോടീ നായിന്റെ മോളേ? രാത്രി മുഴുവൻ സത്രത്തിലും തെരുവിലും തെണ്ടിത്തിരിഞ്ഞ് കേറിവന്നിരിക്കുന്നു അവൾടെ അപ്പൻമുയലിന്റെ നാല്പതിന്" പുലഭ്യം കേട്ടു തഴമ്പിച്ച കാതുകൾക്കതിൽ പുതുമയില്ല. എന്നുമെന്നപോലെ അകത്ത് കട്ടിലിൽ കമിഴ്ന്നു കിടന്നു. "അപ്പുറം ഒരാൾ ഇരിക്കണ കണ്ടില്ലേടീ. നീയിവിടെ കിടന്നുറങ്ങ്വാ?" അദ്ദേഹം എന്നെ പിന്തുടർന്നു. ഓർക്കാപ്പുറത്തുള്ള ഒരടിയിൽ വേദനയില്ലാതെ ചത്തുപോകണേ എന്നു പ്രാർത്ഥിച്ച് ഏറെനേരം അവിടെത്തന്നെ കിടന്നു. കുഴഞ്ഞ കൈകൾകൊണ്ട് അദ്ദേഹം എന്നെ വലിച്ചെഴുന്നേല്പിക്കാൻ ശ്രമിക്കുന്നുണ്ടായിരുന്നു. ഭാരതസ്ത്രീയുടെ വാഴ്ത്തപ്പെട്ട ഭാര്യത്വം നിലനിർത്താൻ ഞാൻ എണീറ്റ് അദ്ദേഹത്തോടൊപ്പം ഇറച്ചിയുടെയും മദ്യത്തിന്റെയും രൂക്ഷഗന്ധമുള്ള മുറിയിലേക്കു പോയി. മദ്യം മൂന്നു ഗ്ലാസുകളിൽ നിറയ്ക്കപ്പെട്ടു. വേണ്ടെന്നുപറഞ്ഞില്ല. പ്ലേറ്റിലെ ഇറച്ചിക്കറി എനിക്കു നേരെ നീട്ടി. അതു ഞാൻ വാങ്ങിയില്ല. വർദ്ധിച്ച വാശിയോടെ അദ്ദേഹം എഴുന്നേറ്റ് ഒരു കഷണം ഇറച്ചിയെടുത്ത് എന്റെ വായിൽ കുത്തിക്കയറ്റാൻ നോക്കി. ഞാനും വിട്ടുകൊടുത്തില്ല. മുഴുവൻ ശക്തിയും ഉപയോഗിച്ച് അത് തട്ടിത്തെറിപ്പിച്ചു. ദൈവമേ, ജീവിതത്തിലാദ്യമായാണ് അദ്ദേഹത്തോട് ധിക്കാരം കാട്ടിയത്! എന്നോട് പൊറുക്കണം. കുറ്റബോധമെനിക്കുണ്ട്. അത് പ്രകടമാക്കുന്നതിനുമുമ്പ് ഇരുമ്പുദണ്ഡിന്റെ ശക്തിയുള്ള കൈ എന്റെ കവിളിൽ ആഞ്ഞുപതിച്ചു. വേദന കടിച്ചുനില്ക്കുന്ന എന്നെ നോക്കി കസേരയിൽ നിന്നെഴുന്നേല്ക്കാനാവാതെ അതിഥി വന്യമായി ചിരിക്കുകയാണ്.

ചിരിയുടെ പശ്ചാത്തലത്തിൽ പൊടുന്നനേ അദ്ദേഹത്തിനു രാക്ഷസരൂപം കൈവന്നു. കണ്ണിൽ കണ്ടതെല്ലാം തട്ടിത്തെറിപ്പിച്ചു. ബാഗും വസ്ത്രങ്ങളും വലിച്ചെറിഞ്ഞു. നടുപ്പുറത്ത് ചവുട്ടി എന്നെയിങ്ങനെ തള്ളിയിട്ടിരിക്കുകയാണ്. ഈശ്വരാ, എന്നെ രക്ഷിക്കാൻ അങ്ങേക്കും കഴിയില്ലേ..!

വിമല തേങ്ങുകയാണ്.

എനിക്കെന്താണ് ചെയ്യാൻ കഴിയുക? വിമല എന്നെ വല്ലാതെ തെറ്റിദ്ധരിച്ചിരിക്കയാണ്. ഈശ്വരനും ഞാനും തമ്മിലെന്ത്? തലമുറകളായി പൂജാരിയുടെ ഹൃദയത്തിന്റെ അഗാധതയിൽനിന്നും കരിങ്കൽ വിഗ്രഹത്തിലേക്ക് ജപിച്ചെറിയപ്പെടുന്ന പൂജാദ്രവ്യങ്ങൾക്കിടയിൽ ചെറുതല്ലാത്ത ഒരു സ്ഥാനം എന്റെ ദലങ്ങൾക്കുണ്ടെന്നതു ശരിതന്നെ. വിഗ്രഹത്തിനുമേൽ ചാർത്തപ്പെടുന്നുണ്ടെന്നതും ശരിതന്നെ. ഇതെല്ലാമായിട്ടും വിമല വിചാരിക്കുമ്പോലെ ജഗദീശ്വരപ്രഭാവത്തെ സ്പർശിക്കാൻ

എനിക്കു സാധിക്കില്ല. ക്ഷമിച്ചാലും

എങ്ങുനിന്നോവന്ന ഒരു ഈറൻ കാറ്റിൽ ഒരിക്കൽക്കൂടി ആകാവുന്നത്ര സുഗന്ധം നിറച്ച് വിമലയുടെ വിശുദ്ധിയിലൊഴുക്കി. കനൽക്കട്ടയായി മാറിയ തലച്ചോറിൽ അതു ചാറ്റൽ മഴയായി പെയ്തു. എനിക്കതല്ലേ ചെയ്യാൻ കഴിയൂ?

ശബ്ദവും വെളിച്ചവും

കർട്ടൻ താണുതീർന്നപ്പോൾ സരസ്വതിയുടെ സഹായത്താൽ സ്റ്റേജിൽ നിന്നെഴുന്നേറ്റ കെ പി കണ്ണപുരം അണിയറയിൽ പ്രവേശിച്ച് ചോരക്കുപ്പായം അഴിച്ചുമാറ്റി. താഴ്ത്തിപ്പിടിച്ച കൊടുവാളുമായി സരസ്വതിയും സ്റ്റേജു വിട്ടു. ക്ലൈമാക്സ് കല്യാണച്ചടങ്ങുപോലെ നിർവൃതിയോടെ കണ്ടുകഴിഞ്ഞ മറ്റഭിനേതാക്കൾ സൈഡ് കർട്ടനിൽനിന്നു പിൻവാങ്ങി. കാണികൾ ഹർഷോന്മാദത്തോടെ ഹാളിൽനിന്നും ബഹിർഗ്ഗമിക്കുന്നു. അവസാനത്തെ കാണിയും ഹാൾ വിട്ടപ്പോൾ നിശ്ശബ്ദത തിരിച്ചുവന്നു. സ്വിച്ചുകൾക്കിടയിൽ ദാമു എഴുന്നേറ്റു. 'ലൈറ്റും സൗണ്ടും' അഴിച്ച് പെട്ടിയിലാക്കണം.

നാലുവശത്തും കർട്ടനുകളുള്ള സ്റ്റേജിൽ ചത്തുതൂങ്ങുന്ന ബൾബുകൾക്കുകീഴെ അപ്രസക്തനായൊരു സൂത്രധാരനെപ്പോലെ നില്ക്കവേ ദാമു ചിന്തയിലാണ്ടു. അന്ത്യരംഗം ഒരു വേട്ടപ്പട്ടിയെപ്പോലെ പിന്തുരുന്നു.

ഒരു കണക്കിന് ഇന്ദുമതിക്ക് രാധാകൃഷ്ണനെ വെട്ടിക്കൊല്ലുകയല്ലാതെ നിവൃത്തിയുണ്ടായിരുന്നില്ല. സ്വയം വെട്ടിമരിച്ച് സാക്ഷാൽ നാരീത്വം നിലനിർത്തുകയാണെന്നിരിക്കട്ടെ. എങ്കിൽ അനിയത്തിമാരായ ചന്ദ്രമതിക്കും ഭാനുമതിക്കും നാളെ ഇതേ ദുർഗ്ഗതി സംഭവിച്ചുകൂടായ്കയില്ല. വിശേഷിച്ച് രാധാകൃഷ്ണൻ പിശാചായി അവതരിച്ച അവസാന നാളുകൾ, ഓർക്കുമ്പോൾ നടക്കേണ്ടതുതന്നെ.

ദാമു ആശ്വസിക്കാൻ ശ്രമിച്ചു. പക്ഷേ, ചീത്തമുട്ടയുടെ ഗന്ധംപോലെ ചിന്തകൾ മനസ്സിന്റെ സ്വാസ്ഥ്യം നഷ്ടപ്പെടുത്തുന്നു.

കൊടുവാൾ കിട്ടിയ ആവേശത്തിന് ഒന്നു കുത്തിപ്പോയി എന്നിരിക്കട്ടെ. എന്നാൽ ഇപ്പോൾ കണ്ടില്ലേ, സ്റ്റേജിൽ വീണുകിടക്കുന്ന രാധാകൃഷ്ണനെ ഒന്നും സംഭവിക്കാത്തപോലെ എഴുന്നേല്ക്കാൻ സഹായി

ച്ചത് ഇന്ദുമതി ആയിരുന്നു. അതു കർട്ടൻ വീഴുന്നതിനു മുമ്പായിരുന്നെങ്കിലോ ദാരുണമായ വധം വെറും വധശ്രമത്തിലൊതുക്കാം. പശ്ചാത്താപത്തിന്റെ വയലിൻ സംഗീതംകേട്ട് മനസ്സുമാറി അവർക്ക് രാധാകൃഷ്ണനെ താങ്ങിപ്പിടിച്ച് ആസ്പത്രിയിൽ എത്തിക്കാം. ആവശ്യമെങ്കിൽ ഇന്ദുമതിയിൽനിന്ന് ഒരു കുപ്പി ചോരയൂറ്റി രാധാകൃഷ്ണന്റെ ഞരമ്പുകളിലൊഴുക്കിവിട്ട് പാപമോചനം നേടാം. ഒരാലിംഗനത്തിനുശേഷം പുതുജീവിതത്തിന്റെ ചിറകടിയൊച്ച കേൾപ്പിക്കാം.

ഇനിയോർക്കേണ്ടതല്ല ഒന്നും.

രാധാകൃഷ്ണന്റെ ഭാഗത്തുനിന്നും നോക്കുമ്പോൾ അങ്ങനെ നോക്കുന്നത് വിഡ്ഢിത്തമാണെന്നറിയാഞ്ഞിട്ടല്ല, ഇത്തരത്തിലുള്ള അന്ത്യം സംഭവിച്ചുകൂടാത്തതാണ്. ജീവിതമെന്ന ഓട്ടപ്പാത്രത്തിൽ വെള്ളം നിറയ്ക്കാനുള്ള ശ്രമത്തിനിടയിൽ സംഭവിച്ച സദാചാരത്തകർച്ചയാണല്ലോ അയാളെ ക്രൂരനും കൂട്ടിക്കൊടുപ്പുകാരനും ഒക്കെയാക്കിയത് എന്നോർക്കുമ്പോഴാണ് സഹതാപത്തിന്റെ കനലുകൾ പതിഞ്ഞു കത്താൻ തുടങ്ങുക.

ദാമു ഉടനെ അതു തല്ലിക്കെടുത്തി. യുക്തിയും അയുക്തിയും അരിച്ചെടുക്കാൻ നിമിഷാർദ്ധംപോലും അനുവദിക്കപ്പെട്ടിട്ടില്ല. കൊലയിൽ തീർപ്പുകല്പിക്കുന്ന ശുഭാന്തകഥയാണ് പറഞ്ഞുതീർന്നത്. കരഘോഷത്തോടെയാണ് കാണികൾ ഹാൾവിട്ടത്. അടുത്ത വാർഷികത്തിനും കളിയവതരിപ്പിക്കാൻ ഈ ട്രൂപ്പിനെത്തന്നെ ക്ഷണിക്കുമെന്ന തീരുമാനം സ്പഷ്ടമായിരുന്നു. കമ്മിറ്റിക്കാരുടെ മുഖത്ത്.

തറയിൽ ഇറ്റുവീണ ചുവന്ന ചായം സൃഷ്ടിച്ച ചാലുകൾ ഒഴിച്ചാൽ സ്റ്റേജ് ഇപ്പോൾ ശൂന്യമാണ്. കുറച്ചുമുമ്പ് അതൊരു ശ്മശാനഭൂമി ആയിരുന്നു. അതിനുമുമ്പ് വർണ്ണപ്പൂക്കൾ നിറഞ്ഞു നിന്നിരുന്ന പൂന്തോപ്പായിരുന്നു. സ്വപ്നങ്ങൾ ഇറക്കിക്കിടത്തിയ കടലേരവും മേഘച്ചീളുകൾ പറന്നുനടന്ന ആകാശവുമായിരുന്നു.

ചുവന്ന ചായം വീണിടത്തേക്ക് ദാമു സ്റ്റൂൾ നീക്കി ആദ്യമായി അഴിച്ചെടുത്തത് ചുവന്ന ബൾബായിരുന്നു. അന്ത്യനിമിഷങ്ങൾ ചെകുത്താന്റെ ചോരക്കണ്ണുകൾപോലെ ജ്വലിച്ച അതേ ബൾബ്. ഇതിനുപകരം എന്തെങ്കിലും മഞ്ഞവെളിച്ചമാണ് ഹോൾഡറിൽ തിരുകിയിരുന്നതെങ്കിൽ, എങ്കിൽ ഇന്ദുമതി ആയിരം കുതിരശക്തിയിൽ രാധാകൃഷ്ണനെ ആഞ്ഞു വെട്ടുന്നതിനുപകരം ഒരു പൂവറുക്കുമ്പോലെ തീർത്തുകൊടുക്കുമായിരുന്നു.

ദാമു കടലാസ് പെട്ടിയിൽ ബൾബ് ഒതുക്കി. ഇന്ദുമതിയുടെയും രാധാകൃഷ്ണന്റെയും പ്രണയം അങ്കുരിച്ച ആദ്യ നാളുകളിലെ ഒരു സ്വപ്നത്തിന് മോടികൂട്ടാനുപയോഗിച്ച ഡിസ്കോലൈറ്റ് രണ്ടാമത് അഴിച്ചെടുത്തു. നയനാനന്ദകരം എന്നതിലുപരി കറുത്തതും വെളുത്തതുമായ വെളിച്ചം ഊടും പാവും പോലെ ജീവിതം നെയ്യുന്നു എന്നാവാം സംവിധായകന്റെ കണ്ടെത്തൽ. ഇന്ദുമതി സ്ലോമോഷനിൽ പറന്നുകളിച്ചപ്പോൾ

പാൽ വെളിച്ചമായിരുന്നു സ്റ്റേജുനിറയെ. നാലു ബൾബുകൾ ഉപയോഗിച്ചാലും വേണ്ടത്രതിളക്കം കിട്ടില്ലെന്നും രണ്ടെണ്ണം കൂടി ഫിറ്റ് ചെയ്യണമെന്നും സ്റ്റേജ് മാനേജർ പറഞ്ഞപ്പോൾ ആദ്യം അമ്പരന്നതാണ്. ഇന്ദുമതിയുടെയും രാധാകൃഷ്ണന്റെയും മനസ്സിന്റെ വെണ്മയാണ് അപ്പോഴവിടെ തുടിച്ചു നില്ക്കേണ്ടിയിരുന്നത് എന്ന് മാനേജർ. ഇരുമനസ്സുകളും സ്റ്റേജ് കവിയുകയായിരുന്നു. കടൽപോലെ പരക്കുകയായിരുന്നു. കാറ്റുപോലെ പറക്കുകയായിരുന്നു.

ആയിരം യുഗങ്ങൾ ഒന്നായ് ചേരുമീ
ആനന്ദസാന്ദ്രമാം നിമിഷം

ഏവരുടേയും മനസ്സിൽ പാട്ടു താളം വെച്ചു. ആരോഹണാവരോഹണങ്ങളെ എത്ര കൃത്യമായും സൂക്ഷ്മവുമായി സൗണ്ട് ബോക്സ് ആവാഹിച്ച് പുറത്തേക്കൊഴുക്കിവിട്ടു. എന്നിട്ടോ ഒടുവിൽ സംഭവിച്ചതെന്താണ്? ആറു ബൾബുകൾ പകുതിയാക്കി രംഗത്തെ തീവ്രത മയപ്പെടുത്തിയിരുന്നെങ്കിൽ, സ്റ്റീരിയോ സൗണ്ടിനുപകരം സാധാരണശബ്ദം ഉപയോഗിച്ചിരുന്നുവെങ്കിൽ, പിന്നീട് സംഭവിച്ച ദുരന്തം ഇത്ര വന്യവും ഹൃദയഭേദകവും ആകുമായിരുന്നില്ല. കുന്നിന്റെ ഉയരം നിശ്ചയിക്കുന്നതാണല്ലോ കുഴിയുടെ ആഴം.

പറഞ്ഞുപറഞ്ഞ് ഞാൻ നിരൂപകന്റെ വേഷം കെട്ടുകയാണോ എന്ന് ദാമുവിന് തോന്നാതിരുന്നില്ല. അല്ലെങ്കിലും ഏതു പ്രേക്ഷകനാണ് അഭിപ്രായമില്ലാത്തത്? *വസന്തമാളികൈ*യിൽ ആത്മഹത്യ ചെയ്ത ശിവാജി ഗണേശനെ പുനരുജ്ജീവിപ്പിക്കാൻ തമിഴ്നാട്ടിലെ പ്രേക്ഷകന് ശക്തിയുണ്ടായിരുന്നു. പക്ഷേ, താൻ ഒരു പ്രേക്ഷകൻ പോലുമല്ലല്ലോ. നാടകത്തിന്റെയും ജീവിതത്തിന്റെയും ഇടയിൽ റോൾ നഷ്ടപ്പെട്ട വെറുമൊരു സ്വിച്ച് ഓപ്പറേറ്റർ.

മുന്നിലെ കർട്ടൻപൊക്കി താഴെയിറങ്ങിയ ദാമു സൗണ്ട് ബോക്സുകൾ സ്റ്റാന്റിൽനിന്നിറക്കി... ചോരയോട്ടം നിലച്ച വയറുകൾ ചുരുട്ടിവച്ചു. ഉപകരണങ്ങളെല്ലാം അടുക്കിക്കൂട്ടിയപ്പോൾ തീവണ്ടിക്കുചാടി ചത്തുചിതറിയപോലെ അവയവങ്ങളറ്റ് ശബ്ദവും വെളിച്ചവും കിടന്നു.

ഓരോന്നും പെറുക്കി വാനിന്റെ മുകളിൽ വരിഞ്ഞുകെട്ടവേ നടീനടന്മാർ മേക്കപ്പഴിച്ചുമാറ്റാതെ വാനിൽ കയറുകയാണ്. ഇന്നുതന്നെ മറ്റൊരു സ്റ്റേജുള്ള കാര്യം അപ്പോഴാണ് ദാമു ഓർത്തത്.

കണ്ണീർമുഖം തേച്ചുമായ്ച്ചുകളഞ്ഞില്ലെങ്കിലും പ്ലാസ്റ്റിക്കുപൊട്ടും വെള്ളയിൽ വയലറ്റുപൂക്കളുള്ള സാരിയും ധരിച്ചപ്പോൾ ഇന്ദുമതി സരസ്വതിയായി. അനിയത്തിമാരായി അഭിനയിച്ച ശാന്തിയും രമാവതിയും ചുരിദാറിലാണിപ്പോൾ. ചുരിദാർപോയിട്ട് ദാവണിപോലും സ്വപ്നം കാണാൻ കഴിയാത്ത അവസ്ഥയിലായിരുന്നല്ലോ അല്പം മുമ്പ് അവർ. ഔസേപ്പ് മുതലാളിയായി അഭിനയിച്ചയാൾ ഒരു ബീഡിതെറുപ്പുകാരനാണ്. എന്നാൽ കെ പി കണ്ണപുരത്തിന്റെ തൊഴിലെന്താണ്? ചോരക്കുപ്പായം അഴിച്ചുമാറ്റി, രാധാകൃഷ്ണന്റെ ചടച്ചമുഖഭാവത്തിനു മാറ്റം വരു

ത്തിയിട്ടുണ്ടെങ്കിലും കണ്ണുകളിൽ വറ്റിവരണ്ട സ്നേഹം. ചിരി മറന്നു പോയ ചുണ്ടുകൾ. അയാളുടെ നിത്യജീവിതം കൂട്ടിക്കൊടുപ്പുകാരന്റേതെന്നല്ലാതെ വിശ്വസിക്കാനാകുന്നില്ല. അറുംകൊല വെറുമൊരു നാടകമാണെന്നും.

വാനിൽ ദാമുവിന്റെ വലതുഭാഗത്തിരിക്കുന്നത് കെ പി കണ്ണപുരമാണ്. അടുത്ത സ്റ്റേജിലെത്താൻ മണിക്കൂറുകൾ എടുക്കുമെന്നുള്ളതു കൊണ്ട് എല്ലാവരും പരസ്പരം മുതുകിൽ ചാരി ഉറങ്ങുകയാണ്. ഡ്രൈവർക്കും ദാമുവിനുമിടയിൽ കെ പി ഉറങ്ങാതിരുന്നു. അടയാത്ത കണ്ണുകളിലൂടെ എന്താണയാളുടെ മനസ്സിലൊഴുകിയെത്തുന്നുണ്ടാവുക എന്ന് ദാമു ചിന്തിച്ചു.

ഭ്രമാത്മകമായ ഒരു കാറ്റ് വാനിനകത്ത് എത്തിനോക്കി താളംപിടിച്ചു.

കരഞ്ഞുകലങ്ങിയ മേക്കപ്പോടെ ഇന്ദുമതി ഒറ്റയടിപ്പാതയിലൂടെ ഓടുകയാണ്. കൈയിൽ രാകിമൂർപ്പിച്ച കൊടുവാളിന്റെ തിളക്കം മിന്നൽപ്പിണരുകൾപോലെ.

ദാമുവിന്റെ മൗനത്തിന് ഒരു ചോദ്യത്തിന്റെ രൂപം കൈവന്നു.

'സ്നേഹിതാ, ഭയം തോന്നുന്നുണ്ടോ?

'തോന്നിത്തുടങ്ങിയിരിക്കുന്നു.' കെ പി യുടെ കണ്ണുകൾ പറഞ്ഞു: 'ഓരോ കുത്തേല്ക്കുമ്പോഴും, ചെഞ്ചായത്തിന്റെ ഭീകരത ദേഹത്ത് പരക്കുമ്പോഴും, ചുടുചോര തുപ്പുന്ന നിങ്ങളുടെ ബൾബുകൾ തല പൊള്ളിക്കുമ്പോഴും എല്ലാം ഭയം തന്നെ.'

'എന്നിട്ടും നന്നാകണംന്ന് തോന്നുന്നില്ല കഷ്ടം.'

അതുകേട്ടപ്പോൾ കെ പിയുടെ മുഖം ചുവന്നു. പിന്നെ ഒരാക്രമണമായിരുന്നു.

'എന്തു പറഞ്ഞടാ? നന്നാകണംന്ന് തോന്നുന്നില്ലപോലും. നിനക്കെന്തറിയാം. നന്നാകണംന്ന് വിചാരിക്കാത്ത നേരമില്ല. ഓരോ സ്റ്റേജിലും മരണത്തെ മുഖാമുഖം കാണവേ ചിന്തിക്കും, അടുത്ത സ്റ്റേജിൽ... പക്ഷേ, മനംമാറ്റത്തിന്റെ സ്വർണ്ണവെളിച്ചം തലയ്ക്കുമുകളിൽ കത്തിയില്ല. പുതുജീവിതത്തിന്റെ ഊഷ്മളസംഗീതം സൗണ്ട് ബോക്സിൽ ചത്തുകിടക്കുന്നു.'

ദാമു അതു പ്രതീക്ഷിച്ചിരുന്നില്ല.

വിചാരങ്ങളുടെ അവസാനം എല്ലാ കുറ്റങ്ങൾക്കും താനും പങ്കാളിയാകുകയാണ്. സ്വസ്ഥതയാണ് വേണ്ടതെങ്കിൽ ചിന്തയുടെ വാതിലടയ്ക്കുക

ഭ്രമാത്മകമായ ശീതക്കാറ്റ് വാനിനകം നിറഞ്ഞു. പൊടുന്നനേ ദാമു പറഞ്ഞുപോയി:

'പ്രപഞ്ചം മുഴുവൻ നന്മ വിതറാൻ ഏതു സ്വിച്ചാണ് ഞാനമർത്തേണ്ടത്?'

വാനിന്റെ ശബ്ദത്തിൽ ആരും അതു കേട്ടില്ല.

കെ പിയുടെ തൊണ്ടയിൽ ഉമിനീരിറങ്ങുന്നു. വധശിക്ഷ കാത്തുകിടക്കുന്ന കുറ്റവാളിയുടെ മുഖത്തോടെ അയാൾ മുന്നോട്ടു നോക്കിയിരുന്നു.

കാർക്കിച്ചുകാർക്കിച്ചു കഫം കളയാൻ വൃഥാശ്രമം നടത്തുന്ന കിഴവന്റെ ശബ്ദമുണ്ടാക്കിക്കൊണ്ട് വാൻ അടുത്ത സ്റ്റേജിലേക്കു നിരങ്ങിനീങ്ങി.

പ്രതീക്ഷഭവൻ

രംഗം ഒന്നിൽ കണ്ട അതേ വീട്. മുറ്റത്തെ തറയിലുണ്ടായിരുന്ന തുളസിച്ചെടിയുടെ വളർച്ചയാണ് ആറു മാസം പിന്നിട്ടിരിക്കുന്ന കാര്യം പ്രേക്ഷകരെ ഓർമ്മിപ്പിക്കുന്നത്. കർട്ടനുയരുമ്പോൾ വീടിന്റെ ഉമ്മറത്തെ ഇരുത്തിയിൽ തല കുമ്പിട്ടിരുന്ന് ഉറങ്ങുകയാണ് രാജേന്ദ്രൻ. ഉറക്കത്തിലെ ദൈന്യം പ്രകടമാക്കാൻ നേർത്ത വയലിൻ സംഗീതം. അരിച്ചരിച്ച് ഉപയോഗിക്കാം. സംഗീതത്തിന്റെ അവസാനം രാജേന്ദ്രൻ പതുക്കെ തലയുയർത്തുന്നു. താടിരോമങ്ങൾ വളർത്തിയിട്ടുണ്ട്. തലേന്ന് മൂക്കറ്റം മദ്യപിച്ചതിന്റെ ഹാങ്ങോവർ മാറിയിട്ടില്ലാത്ത മുഖം. കണ്ണുതുറന്ന് വീടും പരിസരവും വീക്ഷിച്ച് വീണ്ടും പഴയമട്ടിൽ ഉറക്കത്തിലേക്ക്.

അല്പസമയം കഴിഞ്ഞപ്പോൾ കൈയിൽ ഇൻലന്റും പേനയുമായി കാഞ്ചന അകത്തെ മുറിയിൽനിന്നു പ്രവേശിക്കുന്നു. കൺതടങ്ങളിലെ കറുപ്പ് വർദ്ധിച്ചിരിക്കുന്നു. അലസമായ വേഷവിധാനം. ഭർത്താവിന്റെ അനവസരത്തിലുള്ള മയക്കം ദേഷ്യത്തോടെ നോക്കി, ഒരു സ്റ്റൂൾ വലിച്ചിട്ടിരുന്ന്, പേന തുറന്ന്, ഇൻലന്റിൽ എഴുതാൻ തുടങ്ങുന്നു. സ്റ്റൂൾ നിരക്കുന്നതിലും ഇരിക്കുന്നതിലും പേനയുടെ മൂടി തിരിച്ചു തുറക്കുന്നതിലും എഴുതുന്നതിലും തന്റെ അമർഷം മുഴുവൻ പ്രകടമാണ്.

കത്തെഴുത്തു പുരോഗമിക്കവേ രാജേന്ദ്രൻ വീണ്ടും കണ്ണുതുറക്കുന്നു. ഭാര്യയെ നിർവ്വികാരനായി നോക്കിക്കൊണ്ടിരിക്കുന്നു. പതുക്കെ എഴുന്നേറ്റ് പുറകിലൂടെവന്ന് മറഞ്ഞുനിന്ന് എഴുത്തിലൂടെ കണ്ണോടിക്കുന്നു. പശ്ചാത്തലത്തിൽ കാഞ്ചനയുടെ ശബ്ദം.

പ്രിയപ്പെട്ട പ്രതീക്ഷഭവൻ ഭാരവാഹികൾക്ക്. കുടി നിർത്തിയവരുടെ കുടുംബസംഗമത്തിൽ ഇത്തവണയും പങ്കെടുക്കാൻ കഴിയാതെ വന്നിരിക്കുന്നു. പഠിച്ച പണി പതിനെട്ടും പയറ്റിയിട്ടും എന്റെ രാജേട്ടന്റെ മനം

മാറ്റാൻ എനിക്കു കഴിയുന്നില്ല. ഭർത്താക്കന്മാരെ നേർവഴിക്കു നടത്താനും ദൈവത്തിനു കീഴ്പ്പെട്ടുള്ള ജീവിതം പഠിപ്പിക്കാനും ഭാര്യമാർക്ക് കഴിയണമെന്ന് വാചാലയാവാറുള്ള സിസിലി സിസ്റ്ററുടെ ചോദ്യങ്ങൾക്കു മുന്നിൽ ഞാൻ നിസ്സഹായയാണ്. എന്നെപ്പോലുള്ളവർക്ക്...

കത്ത് വായിക്കുന്നതിന്റെ ശബ്ദം നേർത്തുനേർത്തു വരുന്നു. ദുഃഖസാന്ദ്രമായ സംഗീതമായി അതു പരിണമിക്കുന്നു. രാജേന്ദ്രൻ ആടിയാടിവന്ന് പഴയപടി ഇരുത്തിയിൽ ഇരുന്ന് ഉറക്കത്തിലേക്ക് വഴുതിയിറങ്ങുന്നു. രംഗം ഇരുളുന്നു.

വെളിച്ചം പരക്കുമ്പോൾ നാലോ അഞ്ചോ ദിവസങ്ങൾക്കുശേഷമുള്ള പ്രഭാതം. കാഞ്ചന ഒരു കിണ്ടി വെള്ളവുമായി പ്രവേശിക്കുന്നു. മുറ്റത്തിറങ്ങി ഭക്ത്യാദരപൂർവ്വം വെള്ളം തുളസിത്തറയിലൊഴിക്കുന്നു. കിണ്ടിയുമായി പടി കയറുമ്പോൾ രാജേന്ദ്രൻ ഷർട്ടിന്റെ ബട്ടണിട്ടുകൊണ്ട് പുറത്തുവരുന്നു. കാഞ്ചനയുടെ കൈയിലെ കിണ്ടിയിലേക്കു കണ്ണു തുറക്കുന്നു. പിന്നെ അതു കൈക്കലാക്കാനുള്ള ശ്രമം. ഒരു മൽപ്പിടിത്തത്തിനുശേഷം കിണ്ടി രാജേന്ദ്രന്റെ കൈയിൽ വന്നുപെടുന്നു. പിടിച്ചുവാങ്ങാനായി കാഞ്ചന കൈ നീട്ടിയപ്പോൾ രാജേന്ദ്രൻ തള്ളിയിടുന്നു. മലർന്നടിച്ചുവീണ കാഞ്ചനയെ നോക്കുകപോലും ചെയ്യാതെ രാജേന്ദ്രൻ കിണ്ടിയുമായി വിജയഭാവത്തോടെ സ്ഥലംവിടുന്നു.

വീഴ്ചയിലുള്ള വേദന കാരണം കാഞ്ചന ഞരങ്ങുന്നു. ഏങ്ങിക്കരയുന്നു. അവസാനത്തെ വീട്ടുപകരണവും പടിയിറങ്ങിപ്പോയതിന്റെ ദൈന്യവും മുഖത്തുണ്ട്.

(കരച്ചിലിന്റെ ഒടുക്കം സിസിലി സിസ്റ്റർ പ്രവേശിക്കുന്നു. അൻപതിനോടടുത്ത പ്രായം. ഒരുകൈയിൽ തടിച്ച പുസ്തകവും മറുകൈയിൽ കൊന്തമാലയും. നിലത്ത് തല കുമ്പിട്ടു കരയുന്ന കാഞ്ചനയുടെ പുറം പതുക്കെ തലോടുന്നു. ആ സ്നേഹസ്പർശത്തിൽ ആശ്ചര്യപ്പെട്ട് കാഞ്ചന തിരിഞ്ഞുനോക്കുന്നു)

സിസിലി സിസ്റ്റർ: സമാധാനിക്കൂ. സമാധാനിക്കൂ.

കാഞ്ചന (കരച്ചിൽ ഉച്ചത്തിലാവുന്നു): ഈ ജന്മത്തിൽ എനിക്ക് സമാധാനം ലഭിക്കില്ല സിസ്റ്റർ.

സി സി: സമാധാനിക്കൂ സമാധാനിക്കൂ.

കാഞ്ചന (പതുക്കെ എഴുന്നേറ്റുകൊണ്ട്): ഭർത്താവിനെ നേർവഴിക്ക് നടത്താൻ കഴിവില്ലാത്ത വിവരദോഷിയാണ് ഞാൻ. എന്നെപ്പോലുള്ള ഒരു നിർഭാഗ്യവതിയും ഭൂമുഖത്ത് ജനിക്കരുത്.

സി സി: സമാധാനിക്കൂ. സമാധാനിക്കൂ.

കാഞ്ചന(മൂക്കു പിഴിഞ്ഞുകൊണ്ട്): നേർച്ചയും വഴിപാടും എത്ര നടത്തി! ഒന്നും ഫലം കണ്ടില്ല. അയ്യപ്പാ ഫാർമസിയിൽനിന്ന് തപാലിൽ വരുത്തിച്ച മരുന്ന് മാസങ്ങളോളം ഭക്ഷണത്തിലൊളിപ്പിച്ചു കൊടുത്തു. പണം പോയതുമിച്ചം. പ്രതീക്ഷഭവനിൽനിന്നു കിട്ടിയ പ്രസംഗങ്ങളും പ്രഭാഷണങ്ങളുമെല്ലാം തുരുമ്പു തൂറ്റിയതിനു സമം. എന്റെ പ്രതീക്ഷകളെല്ലാം അസ്തമിച്ചു സിസ്റ്റർ.

സി സി: സമാധാനിക്കൂ. സമാധാനിക്കൂ.

കാഞ്ചന: എനിക്കെന്റെ പഴയ രാജേട്ടനെ തിരിച്ചു കിട്ടുമോ? (വേദിയുടെ മുന്നിലേക്ക് നടന്നുവന്ന്) കോട്ടൺമിൽ നിറജീവനോടുണ്ടായിരുന്ന കാലത്ത് രാജേട്ടൻ രാജാവായിരുന്നു. ഞാൻ രാജ്ഞിയും. ഈ കൊച്ചു വീട് ഒരു കൊട്ടാരമായിരുന്നു. (ഓർമ്മകളുടെ വെളിച്ചം മുഖത്തു പരക്കുന്നു) എന്നേക്കാൾ സൗഭാഗ്യവതി ഈ ലോകത്തില്ലെന്ന് ഞാൻ അഹങ്കരിച്ചു. ലോകാവസാനം വരെ കോട്ടൺമിൽ നിലനില്ക്കുമെന്നും സന്തോഷത്തിനും സമാധാനത്തിനും ജീവിതകാലം ഒരു കുറവും ഉണ്ടാകില്ലെന്നും ഞാൻ പ്രതീക്ഷിച്ചു. ഒരു നശിച്ച ദിവസത്തിൽ കോട്ടൺമിൽ എന്നെന്നേക്കുമായി അടച്ചിട്ടു. കാരണമെന്തായിരുന്നുവെന്ന് ആർക്കുമറിയില്ല. ദൗർഭാഗ്യത്തിന്റെ ദിനങ്ങളായിരുന്നു പിന്നെ. രാജേട്ടൻ വീട്ടിൽത്തന്നെ ഇരിപ്പായി. പുറത്തിറങ്ങിയാൽ തിരിച്ചുവരുന്നത് നാലുകാലിൽ. വീട്ടുപകരണങ്ങൾ ഒന്നൊന്നായി പടിയിറങ്ങിപ്പോയി. അസ്വാസ്ഥ്യങ്ങൾ കൂട്ടത്തോടെ പടികയറിവന്നു. കുടി മൂത്ത് ഭ്രാന്തായിരിക്കുന്നു ഇന്ന്. വെളിവ് പൂർണ്ണമായും നഷ്ടപ്പെട്ടു. തല്ലും ശകാരവും ഏറ്റ് ഞാൻ ചത്തുജീവിക്കയാണ് സിസ്റ്റർ.

സി സി : സമാധാനിക്കൂ. സമാധാനിക്കൂ.

കാഞ്ചന (നീരസത്തോടെ): സമാധാനം! എന്റെ പ്രാർത്ഥന കേൾക്കാനോ ഇത്തിരിയെങ്കിലും സമാധാനം തരാനോ ഒറ്റ ഈശ്വരൻ പോലുമില്ല.

സി സി: സമാധാനിക്കൂ. സമാധാനിക്കൂ (അല്പംകഴിഞ്ഞ് മുഖത്ത് ദിവ്യമായ ഭാവമാറ്റം വരുത്തി) ഒരു വഴി അടയുമ്പോൾ വേറൊരു വഴി തുറന്നുവരും. ഇത് ദൈവനിശ്ചയമാണ്. നാളുകളായി ആഗ്രഹിച്ചു പ്രാർത്ഥിക്കുന്ന ഏതു വിഷയമായാലും അത്ഭുതങ്ങളുടെ ഒരു രാത്രിയിൽ നിങ്ങൾ അനുഗ്രഹിക്കപ്പെടും. തീർച്ച.

കാഞ്ചന: പ്രാർത്ഥിക്കാത്ത നേരമില്ല സിസ്റ്റർ.

സി സി : നല്ലത്, നല്ലത്. കേവലം ഒരാളുടെ പ്രാർത്ഥന ദൈവം കേട്ടെന്നു വരില്ല. നിങ്ങളോടൊപ്പം ഞങ്ങളും പ്രാർത്ഥനയിൽ പങ്കുചേരാം. ഏതെങ്കിലും ഒരാവശ്യത്തിനുവേണ്ടി ഒരുമിച്ചിരുന്ന് മനസ്സുരുകി പ്രാർത്ഥിച്ചാൽ തമ്പുരാൻ കേൾക്കാതിരിക്കില്ല.

കാഞ്ചന (മനസ്സിലാവാതെ); അതിനു നമ്മുടെ പ്രാർത്ഥന വേറെ രീതിയാണല്ലോ സിസ്റ്റർ.

സി സി (മുഖത്ത് സംതൃപ്തമായ ചിരിവരുത്തി, അധികാരഭാവത്തോ സ്റ്റൂൾ വലിച്ചിട്ട് അതിന്മേൽ ഇരിക്കുന്നു): പ്രാർത്ഥനയ്ക്ക് ഒരുഭാഷയേ ഉള്ളൂ. ആര്, ആർക്കുവേണ്ടി പ്രാർത്ഥിച്ചാലും ദൈവത്തിലേക്കുള്ള വഴിയാണ് തുറക്കപ്പെടുന്നത്. ദൈവം നമ്മുടെ വിളിപ്പുറത്തുതന്നെയുണ്ട് (സിസ്റ്റർ ആത്മവിശ്വാസത്തോടെ, തന്റെ കൈയിലുള്ള പുസ്തകം തുറന്ന്, അതിലുണ്ടായിരുന്ന, ഇൻലന്റ്, കാർഡ്, കവർ എന്നിവയിലുള്ള ഒരു കെട്ട് കത്തുകൾ കാഞ്ചനയ്ക്കുനേരെ നീട്ടുന്നു. ആശ്ചര്യത്തോടെ കാഞ്ചന അതു വാങ്ങുന്നു)

സി സി: ഒന്നൊന്നായി തുറന്നുവായിച്ചോളൂ (കാഞ്ചന ഓരോ കത്തും

തുറക്കുന്നു. വായിക്കുന്നു.) ഓരോന്നും അത് എഴുതിയവരുടെ ശബ്ദത്തിലാണ് വായിക്കേണ്ടത്. മുമ്പേ റെക്കോർഡ് ചെയ്ത് ഉപയോഗിക്കാം.

ആദ്യത്തെ കത്ത് ഒരു വൃദ്ധന്റേത്.

ഞങ്ങൾ പുരയിടത്തിലേക്ക് ഒരുവഴി ലഭിക്കുന്നതിന് പ്രാർത്ഥനാസഹായം അപേക്ഷിച്ചിരുന്നു. പതിനേഴു വർഷമായി വഴിയില്ലാതിരുന്ന സ്ഥലത്തേക്ക് ഇക്കഴിഞ്ഞ മാർച്ചിൽ പഞ്ചായത്തുവക റോഡ് ലഭിച്ചു. ഇതിലേക്ക് ഇടവരുത്തിയ തീക്ഷ്ണരായ പ്രാർത്ഥനാടീമിനോട് ഹൃദയപൂർവ്വം നന്ദി പറയുന്നു.

സ്നേഹാദരങ്ങളോടെ
കരുണാകരൻനായർ, കാഞ്ഞിരമ്പാറ

യുവതിയുടെ ശബ്ദത്തിൽ രണ്ടാമത്തെ കത്ത്.

വിവാഹം കഴിഞ്ഞ് പന്ത്രണ്ടു വർഷമായിട്ടും കുട്ടികളില്ലാതിരുന്ന ഞങ്ങൾ പ്രാർത്ഥനാസഹായം അഭ്യർത്ഥിച്ചിരുന്നു. അത്ഭുതമെന്നു പറയട്ടെ ഞാനിപ്പോൾ ഗർഭിണിയായിരിക്കുന്നു. പ്രതീക്ഷഭവന് നന്ദി.

ശൈലജ ശങ്കർ
ശ്രീശൈലം, ശിവപുരം

അടുത്ത കത്ത് യുവാവിന്റെ ശബ്ദത്തിൽ.

ബാങ്ക് ജീവനക്കാരനായ എനിക്ക് അഞ്ചുവർഷം മുമ്പ് കിട്ടേണ്ടിയിരുന്ന പ്രമോഷൻ തടഞ്ഞുവച്ചപ്പോൾ പ്രാർത്ഥനാസഹായം ആവശ്യപ്പെട്ടു. ഇപ്പോൾ ത്രിബിൾ പ്രമോഷൻ നല്കി തമ്പുരാൻ എന്നെ അനുഗ്രഹിച്ചിരിക്കുന്നു. പ്രതീക്ഷഭവൻ ഭാരവാഹികൾക്ക് എന്റെയും ഉമ്മ, ബാപ്പ എന്നിവരുടെയും നന്ദി.

പി വി പി അബ്ദുൾജബ്ബാർ
ഫാത്തിമ മൻസിൽ, കൊവ്വപ്പുറം

മദ്ധ്യവയസ്കന്റെ ശബ്ദത്തിൽ നാലാമത്തെ കത്ത്

അമ്പലത്തിലെ ശാന്തിക്കാരനായ ഞാൻ ബാങ്കിന്റെ ജപ്തിനോട്ടീസിന്റെ കോപ്പിയടക്കം, എന്റെ കടബാദ്ധ്യതയുടെ വിവരങ്ങൾ പറഞ്ഞ് ജാഗരണ പ്രാർത്ഥനയിലേക്ക് അപേക്ഷ നല്കിയിരുന്നു. പ്രാർത്ഥന കഴിഞ്ഞയുടനെ സ്ഥലം വില്ക്കാൻ സർവ്വശക്തൻ അനുഗ്രഹിച്ചു. പതിനെട്ട് വർഷമായി വില്ക്കപ്പെടാതെ കിടക്കുന്ന തരിശുനിലമായിരുന്നു അത്. നല്ല വില കിട്ടി. കടം മുഴുനായി തീരത്ത് ഒരു സ്ഥലവും വീടും വാങ്ങാൻ സാധിച്ചു. എനിക്കുവേണ്ടി പ്രാർത്ഥിച്ച സുമനസ്സുകൾക്ക് ആയിരം നന്ദി. പ്രതീക്ഷഭവന് സർവ്വവിധ മംഗളങ്ങളും.

തെക്കില്ലത്ത് വാസുദേവൻ നമ്പൂതിരി, കീഴറ.

ഓരോ കത്തും നിർത്തി വായിക്കുന്നത് ഓരോ സ്ഥലത്തുനിന്നു കൊണ്ടായിരിക്കണം. അവസാനത്തെ കത്തും വായിച്ചുതീർക്കുമ്പോൾ കാഞ്ചനയുടെ തലയ്ക്കു മുകളിൽനിന്ന് വെള്ളിവെളിച്ചം വർഷിക്കണം. മുഖത്ത് സന്തോഷം. അലയടിച്ചുവരുന്ന സന്തോഷം സംഗീതത്തിന്റെ വിവിധ ഭാഗങ്ങളിൽ പ്രേക്ഷകരിലേക്കു പകരാവുന്നതാണ്. സിസിലി സിസ്റ്റർ കാഞ്ചനയെ ചേർത്തുപിടിക്കുന്നു. രംഗം ഇരുളുന്നു.

രംഗം തെളിയുന്നു. റോഡരിക്. സിസിലിസിസ്റ്ററോടൊപ്പം പരീക്ഷ ഭവനിൽ അപേക്ഷ നല്കാൻ നടന്നുപോകുന്ന കാഞ്ചന. അകലെനിന്ന് ഒരു കാർ അടുത്തുവരുന്നതിന്റെ ശബ്ദം. പൊടുന്നനേ കാർ ബ്രേക്കിടുന്നു. ഡോർ തുറക്കുന്നതിന്റെയും അടയ്ക്കുന്നതിന്റെയും ശബ്ദം. കോട്ടും സ്യൂട്ടുമിട്ട മനുഷ്യൻ പ്രവേശിക്കുന്നു. കൈയിൽ സ്യൂട്ട്കെയ്സ്.

മനുഷ്യൻ (ചിരിച്ചുകൊണ്ട്): ഒരുപാട് ജോലിത്തിരക്ക് കാരണമാണ് സിസ്റ്റർ അങ്ങോട്ടേക്കു വരാൻ കഴിയാത്തത്. വഴിയിൽവെച്ച് സിസ്റ്ററെ കണ്ടതു തന്നായി.

സി സി: എല്ലാം ദൈവനിശ്ചയം.

മനുഷ്യൻ: പ്രാർത്ഥിക്കുന്ന മനസ്സ് ഓരോരുത്തരിലും വളർത്തിയെടുക്കണം. അസ്വസ്ഥമായ ഈ കാലത്ത് മനഃശാന്തിക്ക് അതേയുള്ളൂ പോംവഴി. ആട്ടെ എല്ലാം നന്നായി മുന്നോട്ടുപോകുന്നുണ്ടെന്ന് പ്രതീക്ഷിക്കട്ടെ.

സി സി (എളിമയോടെ): അങ്ങയെപ്പോലുള്ളവരുടെ നന്മകൊണ്ട് ഒരുവിധം നന്നായി നടക്കുന്നു.

മനുഷ്യൻ: ദൈവത്തിന്റെ നന്മ എന്നു തിരുത്തൂ. (സ്യൂട്ട് കെയ്സു തുറന്ന് ഒരുകെട്ട് പണമെടുത്ത് സിസ്റ്ററുടെ നേരെ നീട്ടുന്നു) ഇതിരിക്കട്ടെ ചെറിയ സംഭാവന.

സി സി: (പണം വാങ്ങിക്കൊണ്ട്): ദൈവം അങ്ങയുടെ കൂടെയിരിക്കും

(മനുഷ്യൻ പോകുന്നു. കാറിന്റെ ഡോർ അടയുന്നതിന്റെയും സ്റ്റാർട്ടാക്കി പുറപ്പെടുന്നതിന്റെയും ശബ്ദം. കാർ അകന്നകന്നു പോവുന്നത് കാഞ്ചനയും സിസ്റ്ററും നോക്കിനില്ക്കുന്നു)

കാഞ്ചന: നല്ല മനുഷ്യരും ഈ ഭൂമുഖത്തുണ്ട്. അല്ലേ സിസ്റ്റർ?

സി സി: തീർച്ചയായും ഇത്തരക്കാർക്ക് ഈശ്വരനെ സ്പർശിക്കാൻ സാധിക്കുന്നു. അനവധി അഗതികളെ പ്രാർത്ഥനവഴി സഹായിക്കാൻ നമുക്ക് ശക്തി നല്കുന്നത് ഈശ്വരേച്ഛയോടൊപ്പം ഇങ്ങനെയുള്ള വിശാലമനസ്കരുടെ അകമഴിഞ്ഞ പ്രോത്സാഹനംകൂടിയാണ്. ഇവരാണ് പ്രതീക്ഷഭവന്റെ ഊർജ്ജം. പ്രതിഫലം ആഗ്രഹിക്കാതെ സഹായം നീട്ടുമ്പോഴാണ് ദൈവത്തിന്റെ ആളുകളായി നാം മാറുന്നത്. പ്രചാരണമോ മറ്റെന്തെങ്കിലും ഗൂഢോദ്ദേശ്യമോ ഇതിനു പിറകിലില്ല.

കാഞ്ചന: ആ വലിയ മനുഷ്യൻ ആരാണ് സിസ്റ്റർ?

സി സി: ഒരു ചെറിയ വ്യവസായി. ഭാരിച്ച നഷ്ടം വന്ന് അദ്ദേഹത്തിന്റെ ഉടമസ്ഥതയിലുള്ള കോട്ടൺമിൽ അടച്ചുപൂട്ടേണ്ടിവന്നിട്ടും സംഭാവന നല്കുന്ന കാര്യത്തിൽ ഒരു സങ്കോചവും കാണിക്കാത്ത മനുഷ്യൻ. ദൈവത്തേക്കാൾ വലിയ മനുഷ്യൻ.

(രംഗം ഇരുളുന്നു. കർട്ടൻ താഴുന്നു)

–ഇടവേള–

കടൽനിശ്വാസം

കുപ്പത്തൊട്ടിയിൽനിന്ന് എച്ചിൽ വാരിത്തിന്ന് വിശപ്പടക്കുന്ന അർദ്ധ നഗ്നരായ കുറെ കോലങ്ങളുള്ള നാടകം ആറിലോ ഏഴിലോ പഠിക്കുന്ന കാലത്ത് യാദൃച്ഛികമായി കാണുകയുണ്ടായി. ആൾക്കൂട്ടത്തിൽ എപ്പോഴോ ഒളിഞ്ഞുനിന്ന നടന്മാർ പൊടുന്നനേ തെണ്ടികളായി പ്രത്യക്ഷപ്പെട്ട്, നായ്ക്കളുമായി മല്പിടുത്തം കഴിഞ്ഞ് കുപ്പത്തൊട്ടിയിൽ ചാടിക്കയറി എച്ചിലിനുവേണ്ടി പോരാടിക്കുന്ന ദൃശ്യം മനസ്സിൽ മായാതെ കിടപ്പുണ്ട്. കുപ്പത്തൊട്ടിയിൽ ഒന്നുമില്ലാത്ത ഒരൊഴിവുദിവസം വിശപ്പ് അവരുടെ കണ്ണുകളെ വന്യവും ക്രൂരവുമാക്കി. എല്ലാ കണ്ണുകളും കൂട്ടത്തിലൊരുവന്റെ നെഞ്ചിൽ കൂട്ടിലേക്ക് ആഞ്ഞു തറയ്ക്കുകയും പല്ലും നഖവുമാഴ്ത്തി അവനെ ചോരയോടെ ഭക്ഷിക്കപ്പെടുകയും ചെയ്യുന്ന ഹൃദയഭേദകമായ രംഗമുണ്ട് നാടകത്തിൽ. തെരുവിനെ പൊടുന്നനവേ വനാന്തരമാക്കി ഈ കാഴ്ച.

തലച്ചോറിൽ ഇരച്ചുകയറുന്ന തരിപ്പോടെ വീട്ടിൽ തീൻമേശയ്ക്കു മുന്നിൽ നിശ്ചേഷ്ടനായി ഇരിക്കുന്നതു കണ്ട് അമ്മ കലമ്പി. രണ്ടു മൂന്നുരുള കണ്ണുമടച്ചു വിഴുങ്ങിയത് രാത്രിതന്നെ ഛർദ്ദിച്ചു.

കൊല്ലപ്പെട്ടവൻ കൺമുന്നിൽ നിവർന്നുനില്ക്കുന്നു. നീണ്ടുമെലിഞ്ഞ മനുഷ്യാകൃതി. പറ്റേ വളർന്ന താടി; കുഴിയിലിറങ്ങിയ കണ്ണുകൾ; കൺതടങ്ങളിൽ വിയർപ്പ്.

രാത്രി പുലരുവോളം കിടക്കയിൽവന്ന് അയാൾ എന്നെ തിരിച്ചും മറിച്ചും ഉരുട്ടി അലോസരപ്പെടുത്തി. കണ്ണുപൂട്ടുമ്പോൾ കരളിൽ ഇരുമ്പാണിപോലെ തുറിച്ച നോട്ടം ആഞ്ഞുതറയ്ക്കുന്നു. ആ നീറ്റൽ ഉമിത്തീയായി കത്തിക്കൊണ്ടിരുന്നു. കുറെക്കാലം.

ജനകീയാസൂത്രണത്തിൽ പഞ്ചായത്തിന്റെ സാംസ്കാരികരംഗം

സമ്പന്നമാക്കുന്നതിന്റെ മുന്നൊരുക്കത്തിൽ പൂർവ്വകാല നാടകസംരംഭകരെ പരതി നടക്കവേയാണ് ഓർമ്മയിലേക്ക് ഈ കാഴ്ച വഴുതിത്തെറിച്ചത്.

പേരോർമ്മയില്ല. അവതാരകരുടെ മേൽവിലാസം നാടകത്തിലെവിടെയെങ്കിലും വ്യക്തമാക്കിയതായി അറിവില്ല. നടന്മാരുടെ മുഖമോ ചലനമോ ഓർമ്മയുടെ തെളിമയിൽ എത്തുന്നില്ല. ഭക്ഷിച്ചവരുടെ വന്യമായ കിതപ്പും അട്ടഹാസവും ഭക്ഷണമായവന്റെ ദീനമായ നോട്ടവും ആർത്തനാദവും വിടാതെ പിന്തുടരുന്നതൊഴിച്ചാൽ ശൂന്യമാണ് ഓർമ്മയുടെ അറകൾ.

ഒന്നോർമ്മയുണ്ട്. പവിയേട്ടന്റെ ബുക് സ്റ്റാളിനു മുന്നിലെ നടുറോഡിലായിരുന്നു അരങ്ങ്.

ബുക്സ്റ്റാളായിരുന്നില്ല അന്ന്. സോഡയും ബീഡിയും വെറ്റിലടയ്ക്കയും വില്ക്കാറുണ്ടായിരുന്ന ചെറിയ പെട്ടിക്കട. *ചിന്ത, ദേശാഭിമാനി* തുടങ്ങിയ പത്രവാരികകളും തൂക്കിയിടും. പവിയേട്ടന്റെ അച്ഛനായിരുന്നു ഏജൻസി. ഉറച്ച പാർട്ടി അനുഭാവി ആയിരുന്നതുകൊണ്ട് അധികാരികളെ വിമർശിക്കുന്ന ഏതു നാടകവും അവതരിപ്പിക്കുന്നത് ഈ കടയ്ക്കു മുന്നിലായിരിക്കും. വാർദ്ധക്യത്തിലെത്തിയ അച്ഛനെ സഹായിക്കുന്നത് കുട്ടിയായ പവിയേട്ടൻ. പവിയേട്ടൻ മുതിർന്നപ്പോൾ കടയും വളർന്നു. പെട്ടിക്കടയുടെ സ്ഥാനത്ത് സിമന്റ് സൗധം. അച്ഛൻ പോയി: സോഡയും ബീഡിയും പോയി. *ചിന്തയും ദേശാഭിമാനി*യും വന്നു. *അദ്ധ്യാത്മരാമായണം* കിളിപ്പാട്ട് മുതൽ സ്കൂൾ ഗൈഡുകൾവരെ തലങ്ങും വിലങ്ങും അടുക്കിവെച്ചിരിക്കുന്ന ബുക്ക് സ്റ്റാളിൽ ഇപ്പോൾ തിരക്കോടു തിരക്കാണ്.

ആളൊഴിഞ്ഞ ഉച്ചനേരത്ത് സ്റ്റാളിന്റെ ചില്ലുവാതിൽ പതുക്കെത്തുറന്ന് അകത്തു കടന്നു. കണ്ടപാടെ പവിയേട്ടൻ വിനയാന്വിതനായി.

"*കേശവന്റെ വിലാപങ്ങൾ* എത്തിയിട്ടുണ്ട്, എടുക്കട്ടേ," പവിയേട്ടൻ ഷെൽഫ് തുറന്നു.

'അതൊക്കെ പിന്നീടാകാം' എന്നു പറഞ്ഞ് ഞാൻ ആഗമനോദ്ദേശ്യം വെളിപ്പെടുത്തി.

സ്വർണ്ണഫ്രെയിമുള്ള കണ്ണട ചൂണ്ടുവിരൽകൊണ്ട് നേരെയാക്കി പവിയേട്ടൻ പറഞ്ഞു.

"തെക്കുള്ള ഏതെങ്കിലും ട്രൂപ്പിനെ ബുക്ക് ചെയ്ത് അമ്പലപ്പറമ്പിൽ ഒരുകളിനടത്ത് മാഷെ. ആറ്റിങ്ങല്കാരുടെ മഹാനാടകം തന്നെ ആയ്ക്കോട്ടെ. ആള് കൂടും. മാർച്ചാവുമ്പഴ്ത്തേക്കും പണം ചെലവാക്കാൻ ഒരു വഴീം ആവ്വാല്ലോ."

ഞാൻ എഴുന്നേറ്റു. എനിക്കുവേണ്ടത് ഇയാളിൽനിന്ന് കിട്ടില്ല.

"ട്രൂപ്പിനെ ബുക്ക് ചെയ്യാൻ വന്നതല്ലാ ഞാൻ. ശരി കച്ചവടം നടക്കട്ടെ, ഞാനിറങ്ങാം."

ചില്ലുവാതിൽ തള്ളിത്തുറന്നു പുറത്തിറങ്ങുമ്പോൾ പവിയേട്ടൻ

എന്നെ സ്നേഹപൂർവ്വം അനുഗമിച്ചു. അതിനിടയിൽ ശബ്ദം താഴ്ത്തി പറഞ്ഞു:

"സത്യത്തിൽ നാടകം കുറെ കളിച്ച സ്റ്റേജാ ഇത്. ഒന്നും മറന്നിട്ടില്ലാ. ആൾക്കൂട്ടം മാത്രമേ കണ്ണിൽപ്പെട്ടിട്ടുള്ളൂ. ബീഡിയോ സോഡയോ കുറച്ചധികം ചെലവാക്കാൻ നോക്കുന്നലെടയ്ക്ക് ഇതൊക്കെ ആസ്വദിക്കാൻ കഴിയോ മാഷെ. ഒരു വഴിയുണ്ട്. നാടകവും പൊളിറ്റിക്സും തോൾസഞ്ചിയിൽ തൂക്കി ഓടി നടന്നിരുന്ന സഖാവ് കൃഷ്ണേട്ടനെ ഓർമ്മയില്ലേ. കണ്ട്കള. ഒന്ന് ചോയ്ച്ചോട്ടെ മാഷെ എന്തിനാ ഇങ്ങനെ വെയില് കൊള്ളുന്നു. നാടകോം സിനിമേം എന്തിന് പ്രപഞ്ചമപ്പാടെ സ്വീകരണമുറിയിലെത്തിക്കഴിഞ്ഞപ്പോഴാ മാഷ് ജാമ്പവാൻ കാലത്ത് റോഡിൽ കളിച്ചെന്ന് പറയുന്ന കോപ്രായങ്ങളുടെ ചാരം തേടി.."

നഗ്നനാക്കപ്പെടുന്നതുപോലെ തോന്നി എനിക്ക്. കടന്നൽക്കൂട്ടത്തിൽ നിന്ന് രക്ഷപ്പെട്ട ആശ്വാസവുമായി ധൃതിയിൽ നടക്കുമ്പോൾ പവിയേട്ടന്റെ വാക്കുകളിലെ ചാരം മനസ്സിൽ തലങ്ങും വിലങ്ങും പറന്നുകളിക്കുന്നു.

ചാരത്തിൽ തഴച്ചുവളർന്ന സംസ്കാരം, ചാരത്തിൽനിന്ന് ഉയർത്തെഴുന്നേറ്റ പക്ഷി എന്നിങ്ങനെ പ്രചാരത്തിലുള്ള ആശയങ്ങൾ ഓർമ്മിച്ചെടുത്തു. നേരമ്പോക്കിന് സ്വന്തം മക്കളെയെന്നപോലെ വീട്ടുമുറ്റത്തെ റോസാച്ചെടികളെ തലോലിക്കുകയാണ് സഖാവ് കണ്ണേട്ടൻ. കാൽപ്പെരുമാറ്റം കേട്ടു തിരിഞ്ഞ് നോക്കി. ഈ വഴിക്ക് പതിവില്ലല്ലോ എന്ന മട്ടിൽ നെറ്റിചുളിച്ചു.

ഇറയത്തെ ചൂരൽക്കസാരയിലിരുന്നു മുറ്റത്ത് നോക്കിയപ്പോഴാണ് ചെടികളുടെ വൈവിദ്ധ്യം ബോദ്ധ്യമായത്.

"സഖാവ് ഫുൾടൈം തോട്ടപ്പണിക്കാരനായല്ലോ– പുറത്തിറങ്ങാറേയില്ലേ?"

സഖാവ് പൈപ്പ് വെള്ളം കൊണ്ട് കൈകാൽ കഴുകി ഇറയത്തു വന്നു അയലിൽനിന്ന് തൂവാലയെടുത്ത് മുഖമൊപ്പി. കസാര എനിക്കെതിരേ വലിച്ചിട്ട് അതിലിരിപ്പുറപ്പിച്ചു. തൂവാലയുടെ തുമ്പുകൊണ്ട് കാറ്റുണ്ടാക്കി സഖാവ് പറഞ്ഞു.

"ചിത്രശലഭങ്ങളെക്കുറിച്ച് ക്ലാസ് രണ്ടരയ്ക്ക്, പയ്യന്നൂർ കോളേജിൽ വൈകിട്ട് ഇരിണാവിൽ, കണ്ടൽക്കരയുടെ കാവല്ക്കാർ; പ്രഭാഷണം നാളെയും മറ്റന്നാളും. തിരുനെല്ലിയിൽ പ്രകൃതി സഹവാസ ക്യാമ്പ്. ഞായറാഴ്ച പയ്യാമ്പലത്ത് നക്ഷത്രനിരീക്ഷണം.."

"എനിക്കൊരഞ്ചുമിനിട്ട്. അത്രയേ വേണ്ടൂ." ഇടയ്ക്കു കേറി പറഞ്ഞു.

"സമയത്തിനൊക്കെ തീ പിടിച്ച വിലയാഡോ. താൻ പൂമ്പാറ്റകളെ ശ്രദ്ധിക്കാറുണ്ടോ? ചെറിയ ആയുസ്സിനുള്ളിൽ അർത്ഥവത്തായ ജീവിതം. ഹോ അവറ്റകളെ കണ്ട് പഠിക്കണം. ഇമ പൂട്ടാതെ പിറകേ നടന്നു നിരീക്ഷിക്കണം. വ്യത്യസ്തങ്ങളായ മുന്നൂറോളം ശലഭങ്ങളുടെ കളർ ഫോട്ടോ

എടുത്തുവെച്ചിട്ടുണ്ട് ഞാൻ. സ്വർണ്ണക്കസവുമുണ്ടുപോലത്തെ ഒരെണ്ണം. ഇന്ന് കാലത്ത് എന്റെ മഞ്ഞറോസാപ്പൂവിൽ. വേർതിരിച്ചറിയാൻ നന്നേ പ്രയാസപ്പെട്ടു. ഓടിപ്പോയി ക്യാമറ കൊണ്ടുവന്ന് പകർത്തി.”

ഇടവപ്പാതിപോലെ പെയ്യുകയാണ് കണ്ണേട്ടൻ. പ്രകൃതിസ്നേഹം തന്നെ മനുഷ്യസ്നേഹം. ഉറുമ്പിനെപ്പോലും നോവിക്കാൻ കഴിയാത്ത ഹൃദയശുദ്ധി. വിപ്ലവത്തിനു വീര്യംകൂട്ടാൻ കത്തികഠാരകളുമായി ഇറങ്ങിപ്പുറപ്പെട്ടത് ഇയാൾ തന്നെയോ. സഹജീവികളുടെ കുടലെടുത്ത് പിടികിട്ടാപ്പുള്ളിയായി പാത്തും പതുങ്ങിയും ജീവിച്ചത് ഇയാൾ തന്നെയോ? ആർക്കോ തെറ്റി.

സഖാവ് ശ്വാസം കഴിക്കാൻ എടുത്ത സമയത്തിനുള്ളിൽ വരാനുണ്ടായ സാഹചര്യം ഞാൻ പറഞ്ഞൊപ്പിച്ചു. വിശദമാക്കാൻ ഇടനല്കാതെ പറഞ്ഞതിൽ പാതി മാത്രം കേട്ട് സഖാവ് പറയാൻ തുടങ്ങി:

“അധികാരം ജനങ്ങളിലേക്ക്– അസ്സല് മുദ്രാവാക്യം’ വികസിപ്പിച്ചു വികസിപ്പിച്ച് പാവപ്പെട്ട നമ്മുടെ നാടിനെ തവളയുടെ കുടൽപ്പോലെയാക്കാണ്ടിരുന്നാ നന്ന്. ഇന്നലെ ജനകീയമായത് ഇന്ന് ജനകീയമല്ല. കാരണം ഇന്നലത്തെ ജനങ്ങൾ ഇന്നത്തെ ജനങ്ങളായിരുന്നില്ല. ബ്രെഹ്തിന്റെ കാഴ്ചപ്പാടാണ്. ജനകീയതയെപ്പറ്റി ഇനിയും വിസ്തരിക്കുന്നുണ്ട് ബ്രെഹ്ത്. വിശാലജനങ്ങൾക്ക് സുഗ്രഹമായത്, അവരുടെ തന്നെ ആവിഷ്കാരരൂപങ്ങൾ സ്വീകരിച്ച് അവയെ പുഷ്ടിപ്പെടുത്തുന്നത്, അവരുടെ വീക്ഷണം അംഗീകരിച്ചുറപ്പിക്കുന്നത്, ജനതയുടെ ഏറ്റവും പുരോഗമിച്ച വിഭാഗത്തെ പ്രതിനിധാനംചെയ്ത നേതൃത്വമേറ്റെടുക്കാൻ അതിനെ പ്രേരിപ്പിക്കുന്നത്. അങ്ങനെ മറ്റു വിഭാഗങ്ങളും ആസ്വാദ്യമായത്. പാരമ്പര്യവുമായി ബന്ധപ്പെടുന്നത്. ഇപ്പോൾ നേതൃത്വത്തിലിരിക്കുന്ന വർഗ്ഗത്തിന്റെ നേട്ടങ്ങളെ സമരം ചെയ്യുന്ന വിഭാഗങ്ങൾക്ക് കൈമാറുന്നത്... വിശാലവും സുദൃഢവുമായ ഈ കാഴ്ചപ്പാട് നിങ്ങൾക്കുണ്ടോ? ഏതു വർഗ്ഗമാണ് നിങ്ങൾക്ക് ജനങ്ങൾ? യഥാർത്ഥത്തിൽ ജനവിരുദ്ധമല്ലേ നിങ്ങളുടെ ജനകീയം?”

“നിസ്സാരമായ നാടകത്തെപ്പറ്റി അറിയാനാണ്.”

“പറയുമ്പോ എല്ലാം പറയണം. വിശപ്പ്, പട്ടിണി, ദാരിദ്ര്യം ഇവ വിഷയമാക്കി നൂറായിരം നാടകങ്ങൾ ലോകത്തിന്റെ പലയിടങ്ങളിലായി ജന്മമെടുത്തിട്ടുണ്ട്. ഒന്നാന്തരം സാധനങ്ങൾ, അന്നന്നത്തെ ഭക്ഷണംപോലെ എല്ലാം ദഹിച്ചുകാണും. കാലം ദ്രുതഗതിയിൽ മാറുകയാണ്. പഴയതിന്റെ മേലേ ഇപ്പോഴും അടയിരിക്കുന്നത് തെറ്റ്. ബ്രെഹ്തിനെ ഉദ്ധരിച്ച് ഞാനും എന്റെ നാടക–രാഷ്ട്രീയ പ്രവർത്തകരോട് ഉപദേശിക്കാറുണ്ട്.

കച്ചവടക്കാരിയായ അമ്മയുടെ പ്രതീക്ഷകൾ.
മക്കളെ കൊല്ലുന്നു.
യുദ്ധത്തെക്കുറിച്ചുള്ള ഊമപ്പെൺകിടാവിന്റെ
നിരാശ പുതിയതാണ്.
തനിക്കുജീവൻ നല്കുന്ന ചെണ്ട.

മേല്ക്കൂരയിലേക്ക് തള്ളപ്പെടുമ്പോഴുള്ള
നിസ്സഹായതയുടെ ചലനങ്ങൾ
നിങ്ങളിൽ അഭിമാനം നിറയ്ക്കണം
ഒന്നും പഠിക്കാത്ത കച്ചവടക്കാരിയുടെ
ഉത്സാഹവും സഹതാപവും
പുതുമയിൽ ആഹ്ലാദിക്കണം
പഴമയിൽ ലജ്ജിക്കണം"

പൊടുന്നനേ തോർന്ന മഴപോലെ സഖാവ് നിർത്തി. തെല്ലുനേരം ഓർമ്മയിൽനിന്ന് എന്തോ ചികഞ്ഞെടുത്ത് പിന്നെയും തുടർന്നു.

"ശാസ്ത്രകലാ ജാഥയിലുണ്ടായിരുന്നു ഒന്നുരണ്ടെണ്ണം
എന്തിനധീരത ഇപ്പോൾ തുടങ്ങുവിൻ എല്ലാം നിങ്ങൾ പഠിക്കേണം
തയ്യാറാവണമിപ്പോൾ തന്നെ ആജ്ഞാശക്തിയായ് മാറീടാൻ
പട്ടിണിയായ മനുഷ്യാ നീ
പുസ്തകം കൈയിലെടുത്തോളൂ...

അതൊക്കെ ഒരുകാലം. ഇപ്പം പരിഷത്ത് അപ്പർത്തായി. നമ്മളിപ്പർത്തും." "എപ്പർത്താ?" ഞാൻ ചോദിച്ചു.

"മരങ്ങളെ സൂക്ഷ്മമായി നിരീക്ഷിക്കാറുണ്ടോ താൻ. ഒരു ശാഖ ഇടത്തോട്ട് വളർന്നാൽ ഒട്ടും വൈകാതെ അതേ വേഗത്തിൽ മറ്റൊന്ന് വലത്തോട്ടും വളരും. സംശയമുണ്ടെങ്കിൽ ദാ– നോക്ക്.''

ചട്ടിയിൽ വളർത്തിയ ഒരു ചെടിയെടുത്ത് സഖാവ് ടീപ്പോയ്ക്ക് മീതെ വെച്ചു. ബോൺസായ് രീതിയിൽ വളർത്തിയ അരയാൽമരമായിരുന്നു അത്. അമ്പലപ്പറമ്പിലെ അരയാലിന്റെ അതേ രൂപഭംഗി.

"അത് വിട്. അതിനേക്കാൾ മുമ്പത്തെ കാലമാണ് എന്റെ മനസ്സിൽ" സഖാവ് വാച്ചിൽ നോക്കി. "രണ്ടരയ്ക്ക് പയ്യന്നൂർ കോളേജിൽ എത്തണം. പൂമ്പാറ്റകളെക്കുറിച്ച് ഒരുപാട് സംശയങ്ങളുമായി കാത്തിരിക്കുന്നുണ്ടാവും കുട്ടികൾ. സമയനിഷ്ഠ വളരെ പ്രധാനം. ഞായറാഴ്ച പകൽ വന്നോളൂ. നമുക്ക് സംസാരിക്കാം."

ഞാൻ എഴുന്നേറ്റു. പവിയേട്ടൻ പറഞ്ഞതുപോലെ വെറുതെ വെയില് കൊള്ളുകയാണ്. വള്ളിട്രൗസറിട്ട് വയൽ വരമ്പിലൂടെ വട്ടുമുരുട്ടി നടക്കുന്ന കാലത്ത് മനസ്സിൽ പാറിവീണ് കെട്ടടങ്ങിയ തീപ്പൊരി ഇപ്പോൾ ഊതിനോക്കുന്നത് വ്യർത്ഥം. ഊരും പേരുമില്ലാത്ത ഒരു നാടകക്കാരന്റെ ജീവചരിത്രം രചിക്കാൻ ഇറങ്ങിപ്പുറപ്പെട്ടത് തുരുമ്പു തൂറ്റുന്നതിനു സമം.

വൈകിട്ട് കർമ്മസമിതിയുടെ മീറ്റിങ് പഞ്ചായത്താഫീസിൽ ചെന്നപ്പോൾ വരാന്തയിൽ ബഹളം. പടിക്കൽ ഒരുവൻ കുത്തിയിരിക്കുന്നു. അടഞ്ഞ കണ്ണുകൾ തുറക്കാൻ ശ്രമിക്കുന്നുണ്ട്. ഉമിനീരൊലിപ്പിക്കുന്ന വായിലൂടെ നാവിന് വഴങ്ങാത്ത വാക്കുകൾ.

"വിത്ത്' വാങ്ങാൻ കാശ്, വളം വാങ്ങാൻ കാശ്, വീടുണ്ടാക്കാൻ കാശ്, കക്കൂസ് കുഴിക്കാൻ കാശ്, മങ്ങലം കൈക്കാൻ കാശ്, കയ്ച്ച

തിനെ ഇളക്കാൻ കാശ്, പെറാൻ കാശ്, ചുടാൻ കാശ്.. നാട്ടുകൂട്ടത്തെ വിളിച്ച് വീതിച്ചുകൊടുക്കുമ്പോ ഈയുള്ളോന് ഒരു ചില്ലിക്കാശ് തന്നില്ല. ഒന്ന് വീശാനുള്ള കാശെങ്കിലും താ സാറമ്മാരെ. പോയി ദുഃഖം മറക്കട്ടെ."

പഞ്ചായത്ത് ജീവനക്കാർ അയാളെ എഴുന്നേല്പിക്കാൻ വൃഥാശ്രമം നടത്തുകയാണ്. ഒടുവിൽ കൈകാൽ ചേർത്തുപിടിച്ച് നിലത്തൂടെ വലിച്ച് ദൂരെ പൊളിഞ്ഞ പീടികവരാന്തയിൽ കിടത്തി.

"കള്ളും കഞ്ചാവുമടിച്ചാൽ പള്ളയിൽ കിടക്കണം ബാക്കിയുള്ളോരെ മെനക്കെടുത്തരുത്. മുതുകത്ത് ആഞ്ഞു ചവിട്ടിക്കൊണ്ട് ആരോ പറഞ്ഞു. ഇനിയും അലമ്പുണ്ടാക്കിയാൽ എല്ലു കാണില്ല." മറ്റൊരാൾ കൈ ചുരുട്ടി വയറ്റത്തു കുത്തി.

"മതി" പ്രസിഡന്റ് തടഞ്ഞു. ഒരുകാലത്ത് പ്രസ്ഥാനത്തിനുവേണ്ടി ത്യാഗം സഹിച്ച കലാകാരനാണ്. അതു നാം മറന്നുകൂടാ.

പഞ്ചായത്തുജീവനക്കാർ ഊരിയ വാൾ ഉറയിലിട്ടു മടങ്ങി.

മീറ്റിങ്ങിനിടയിൽ എപ്പോഴോ ഞാൻ പുറത്തിറങ്ങി. പീടികവരാന്തയിൽ ചത്തതുപോലെ കിടക്കുന്ന അയാളെ പതുക്കെ എഴുന്നേല്പിച്ച് പൈപ്പിനു കീഴെ കൊണ്ടിരുത്തി.

ദേഹത്ത് പതുക്കെ ജീവൻ ഇഴയാൻ തുടങ്ങി. ഏറെനേരത്തെ കാത്തിരിപ്പിനുശേഷം കണ്ണുതുറന്നു. സ്വബോധം വീണ്ടുകിട്ടുമെന്നുറപ്പായപ്പോൾ മനസ്സിലുള്ള സംശയം ഞാൻ അവതരിപ്പിച്ചു.

സൂക്ഷ്മമായി കേട്ട് അയാളെ ഊറിച്ചിരിച്ചു. പിന്നെ പതുക്കെപ്പറഞ്ഞു. "എല്ലടക്കം ചവച്ചുതിന്നാൽ ബാക്കിയെന്തുണ്ടാകാൻ സഹോദരാ..?" ഒരു കോട്ടുവായ്ക്കുശേഷം അയാൾ വീണ്ടും കണ്ണടച്ചു.

കുന്നുംപുറം കാർണിവൽ

സ്റ്റേജിൽ ഇതുവരെ പ്രത്യക്ഷപ്പെട്ടിട്ടില്ലാത്ത നായിക പീഡനമേറ്റ് അണിയറയിൽ അലമുറയിടുന്നത് സൗണ്ട് ബോക്സിൽ ദയനീയമായി പ്രതിദ്ധ്വനിച്ചു കൊണ്ടിരുന്നപ്പോഴാണ് *അഗ്നിയായ് വരില്ല ഇനിയിവൾ* എന്ന നാടകത്തിന്റെ ഇടവേള ആരംഭിക്കുന്നത്. പാടിപ്പതിഞ്ഞ ശോക ഗാനത്തിന്റെ വരികൾക്കിടയിലെ മൗനത്തെയെന്നപോലെ മൈതാനം ഇട വേളയെ കൊറിച്ചു തിന്നാൻ തുടങ്ങി.

സ്റ്റേജിലേക്ക് ഒരേ നോട്ടം നോക്കി പിരടി കഴച്ചതുകൊണ്ടുമാത്ര മല്ല എനിക്ക് ഇരുന്ന ഇരിപ്പിൽനിന്ന് അനങ്ങാൻ കഴിയാത്തത്. കണ്ണീർക ണക്കെ ഒഴുകിത്താണ കർട്ടനു പിന്നിൽ ഓടുന്ന വാഹനത്തിന്റെ കട്ടൗ ട്ടിനപ്പുറം ഇതുവരെ കണ്ടിട്ടില്ലാത്ത പേരുപോലും വെളിപ്പെടുത്താത്ത പെൺകുട്ടി കാമവെറിപൂണ്ട വില്ലന്മാരാൽ ആക്രമിക്കപ്പെടുന്നതും കര യിൽ പിടിച്ചിട്ട കണ്ണിമീനിനെപ്പോലെ ശ്വാസംവറ്റി പിടിയ്ക്കുന്നതും ഓരോ പിടഞ്ഞുകരച്ചിലും അക്രമിക്ക് ആയുധങ്ങൾ രാകാനുള്ള അരമായി മാറു ന്നതും ഒരു കെ എസ് ഗോപാലകൃഷ്ണൻ സിനിമയിലെന്നപോലെ സങ്ക ല്പിച്ചെടുക്കുകയായിരുന്നു ഞാൻ.

ഒരു റേപ്പ് പോലും എഫക്ടീവായി വിഷലൈസ് ചെയ്യാൻ സാധി ക്കാത്ത തേഡ്റേറ്റ് സാധനം...

സദാ തുമ്മുകയും മൂക്ക് ചീറ്റുകയും ചെയ്യുന്ന മാടിക്കെട്ട് എന്ന് വിളിപ്പേരുള്ള നാടകരോഗിയായ കെ പി എ സി ദാസ് ഇത്രയും നേരം അടക്കിവെച്ചിരുന്ന അസ്വസ്ഥതകളെ, എന്റെ മനോവ്യാപാരങ്ങളുടെ നേർക്ക് കുരച്ചു ചാടുന്ന വിധത്തിൽ കെട്ടഴിച്ചുവിട്ടു.

...കീറിയ ഷാള് പൊറത്തേക്ക് വലിച്ചെറിഞ്ഞ് ഞെരിഞ്ഞമർന്ന കൈപ്പത്തി ജനലിനപ്പുറം കാണിച്ച്, ബേക്ക്ഗ്രൗണ്ടിൽ മുൻപെപ്പോഴോ

റെക്കോർഡ് ചെയ്ത് പുളിച്ചുപോയ കരച്ചിലും ഫിറ്റ് ചെയ്താല് ബലാത്സംഗമായീന്നാണ് ഇക്കൂട്ടര്ടെ വിചാരം. ഫൂ.

മാടിക്കെട്ടിന്റെ തുപ്പലിന് കൊതിക്കെറുവിന്റെ ജീർണ്ണഗന്ധമുണ്ടെന്ന് എനിക്കു തോന്നി. *കൈവിട് ചെക്കാ കരിവള ഉടയും* എന്ന പേരിൽ ഒരു നാടകമെഴുതിയുണ്ടാക്കിയിട്ടുണ്ടെന്നും ആണധികാരത്തിന്റെ കരാളഹസ്തങ്ങളെ ഭീകരമായി മുറിവേല്പിക്കാൻ പറ്റിയ, വർക്കാണെന്നും നിർബ്ബന്ധിക്കുകയാണെങ്കിൽ കുന്നുംപുറം കാർണിവലിന്റെ ഭാഗമായുള്ള നാടകോത്സവത്തിൽ സ്റ്റേജ് കയറാമെന്നും അറിയിച്ചപ്പോൾ പോയി പണി നോക്ക് എന്ന മട്ടിൽ കമ്മിറ്റിക്കാർ മുഖം തിരിച്ചതുകൊണ്ടാണ് മാടിക്കെട്ട് ഇന്ന് ഒരു കാണി മാത്രമായി ചുരുങ്ങിപ്പോയത്.

നാടകം എന്ന ഓടവെള്ളത്തിൽ കാൽ തെന്നിവീഴാതെ രക്ഷപ്പെട്ടു നടക്കാറുള്ള എന്നെ പിടിച്ചു വലിച്ച് കൊണ്ടുവന്ന് മൈതാനത്തിന്റെ മൂലയിലെ കസാരയിൽ പ്രതിഷ്ഠിച്ചത് മൂപ്പരുടെ പരാതിയും പരിഭവവും കുശുമ്പും കുന്നായ്മയും തച്ചുവെളുപ്പിക്കാനുള്ള അലക്കുകല്ലായിട്ടാണ്.

"പണീം തൊരൂം ഇല്ലാണ്ട് തെണ്ടല്ലേ, നിലാവത്തിറങ്ങിയ കോഴിയെപ്പോലെ തേരാപ്പാരാ നടക്കൂല്ലേങ്കില് കാർണിവല്ലിലെ സ്റ്റാളില്, ലേശം വൃത്തീലും മനാരത്തിലും വരാമ്പറ പുന്നാര ആങ്ങളയോട്. നൂറോ നൂറ്റൻപതോ കൈയിൽ തടയാനുള്ള ഏർപ്പാടാക്കാം" എന്ന് അളിയൻ പെങ്ങൾ വഴി ഉദ്ബോധിപ്പിച്ചതുകൊണ്ട് കുറച്ചുനാളായി എന്റെ ഊണും ഉറക്കവും പഞ്ചായത്തു മൈതാനിയിലാണ്. ആരെങ്കിലും ഒന്നു ഞൊട്ടി വിളിച്ചാൽ അവരുടെകൂടെ ഇറങ്ങിനടക്കുന്ന പ്രകൃതക്കാരനാണെന്ന് അറിയാവുന്നതുകൊണ്ട് എന്റെ മേലെ അളിയൻ എപ്പോഴും ഒരു കണ്ണുവച്ചിരുന്നു. മുഖസൗന്ദര്യം വർദ്ധിപ്പിക്കാനുള്ള ക്രീമുകളടങ്ങിയ ബ്യൂട്ടി സൊല്യൂഷൻ കിറ്റിന്റെ ഉപയോഗക്രമം പെണ്ണുങ്ങളോട് കുണുങ്ങിപ്പറയുന്നതിന്റെ ആനന്ദമാണ് തന്നെയിങ്ങനെ സ്റ്റാളിൽ കുറ്റിയടിച്ചുറപ്പിച്ചു നിർത്തുന്നതെന്ന് അളിയനറിയാത്തതല്ല. എന്നും ഷേവ് ചെയ്ത്, കുളിച്ച്, മുടി ചീകി, ഷർട്ട് ഇൻചെയ്ത്, മുഖത്ത് ഒരു ലുക്ക് വരുത്തി കണ്ണും കൈയും കാട്ടി ഓരോരുത്തരെയും സ്റ്റാളിലേക്ക് ആകർഷിക്കും. ആർത്തിയോടെ ഇടിച്ചുകയറുന്ന സുന്ദരിമാർക്കു മുന്നിൽ കിറ്റിന്റെ അടപ്പുതുറന്ന്, ലിപ്സ്റ്റിക്കിന്റെയും ഫേഷ്യൽ ക്രീമിന്റെയും കൺമഷിയുടെയും ഐഷാഡോസിന്റെയും ഷാംപൂവിന്റെയും ഹെയർ റിമൂവൽ ക്രീമിന്റെയും അപാരസാദ്ധ്യതകൾ ബോദ്ധ്യപ്പെടുത്തും. യഥാർത്ഥസൗന്ദര്യം ഉദിച്ചുയരുന്നത് ഉള്ളിൽനിന്നാണ് എന്ന കടം വാങ്ങിയ ഡയലോഗ് കാച്ചുമ്പോൾ അളിയൻ നെറ്റിചുളിച്ചു നോക്കും. കുപ്പിക്കുള്ളിൽനിന്ന്, ഡപ്പിക്കുള്ളിൽനിന്ന്, കുഴലിനുള്ളിൽനിന്ന്, കോംപാക്ടിനുള്ളിൽനിന്ന് ഇങ്ങനെ ബ്യൂട്ടി സൊല്യൂഷൻ കിറ്റിലെ ഓരോ ഐറ്റത്തിന്റെയും ഉള്ളിൽനിന്ന് വഴിഞ്ഞൊഴുകുന്ന സൗന്ദര്യത്തെ പുറത്തെടുത്തു കാണിക്കുമ്പോൾ നിലത്തിരപത്തിയെടുക്കാൻ തുടങ്ങിയല്ലോ എന്ന മട്ടായിരിക്കും അളിയന്റെ മുഖഭാവം. നിങ്ങളിങ്ങനെ വെറും നിങ്ങളായിരുന്നിട്ട് ആർക്കെന്തു പ്രയോ

ജനം എന്ന ഒടുക്കത്തെ ഡയലോഗ് പതുക്കെ ചെവിയിൽ കയറി മന്ത്രിക്കുന്നതോടെ ആക്രാന്തം കേറി പെണ്ണുങ്ങൾ കിറ്റ് കൈക്കലാക്കുന്നത് അളിയൻ അതിശയത്തോടെ കണ്ടുനില്ക്കും. പെണ്ണുങ്ങളെ മയക്കിയെടുക്കാനുള്ള കൈയിലിരിപ്പ് ദൈവം സഹായിച്ച് നിന്റെ ആങ്ങളയ്ക്ക് ജാസ്തിയാണെന്ന് അളിയൻ പെങ്ങളോട് കുശുകുശുക്കാറുണ്ട് പലപ്പോഴും.

മോരിൽ വീണ ഈച്ചേന്റെ കാല് വരെ ഈമ്പാൻ മടിയില്ലാത്ത കഞ്ചൂസുകൾ ഉള്ള നാട്ടിൽ ഇമ്മാതിരി സാധനങ്ങളൊക്കെ കാശുകൊടുത്ത് വാങ്ങാൻ ആളുണ്ടാവോ എന്ന് ആദ്യമൊക്കെ അളിയന് ആശങ്കയുണ്ടായിരുന്നെങ്കിലും നഗര പരിഷ്കാരികളെ നാണിപ്പിക്കുന്ന വിധത്തിലായിരുന്നു കിറ്റുകൾ വിറ്റുപോയത്. മുട്ടേന്നു വിരിഞ്ഞിട്ടില്ലാത്ത പെൺകുട്ടികൾ മുതൽ തട്ടിൽ കയറ്റിവെക്കാറായ കിഴവിത്തള്ളമാർവരെ ക്യൂ നില്ക്കുകയായിരുന്നു. കുറച്ചുദിവസങ്ങൾക്കുള്ളിൽത്തന്നെ സ്റ്റാൾ പൂച്ച നക്കിത്തുടച്ച പാൽപ്പാത്രം പോലെയായി. ഫോണിലും മെയിലിലും ഓർഡർ ചെയ്ത് സാധനമെത്തുമ്പോഴേക്കും കാർണിവൽ കുന്നുകയറുമെന്നതുകൊണ്ട് പുതിയ സ്റ്റോക്കെത്തിക്കാൻ അളിയൻ എറണാകുളത്തേക്കു പുറപ്പെട്ട ഇടവേളയിൽ സ്റ്റാൾ അടച്ചുപൂട്ടി പുറത്തിറങ്ങുകയായിരുന്നു ഞാൻ. രാത്രി തെണ്ടിത്തിരിഞ്ഞ് നടക്കരുതെന്നും വീട്ടിൽ പെങ്ങൾ ഒറ്റയ്ക്കേ ഉള്ളൂ, കാലം അത്ര നല്ലതല്ല എന്ന് ഓർമ്മവേണമെന്നും അളിയൻ കരാറാക്കിയതാണെങ്കിലും കൈയിൽ അല്പം കാശ് വന്നുപെട്ടതിനാൽ അടങ്ങിയിരിക്കാൻ മനസ്സുവന്നില്ല. ആരെയെങ്കിലും കൂട്ടിനുപിടിച്ച് ആഘോഷിക്കണം. കുറച്ചുനാളായി ആവശ്യം വന്നിട്ടില്ലാത്ത തൈത്തൊടത്തിൽ പുഷ്പയെ വിസ്തരിച്ച് കാണണം. അവൾക്ക് വെച്ചുനീട്ടാൻ അളിയനറിയാതെ അമുക്കിയ ഒരു കിറ്റ് പേപ്പറിൽ പൊതിഞ്ഞ് കൈയിൽ കരുതിയിരുന്നു ഞാൻ. അടുക്കള വൈറ്റ് വാഷ് ചെയ്തതുപോലെ മുഖത്തും കഴുത്തിലും കക്ഷത്തും കുട്ടിക്യൂറ പൗഡർ ഉരച്ചുതേച്ച്, പശ പോയ പ്ലാസ്റ്റിക് പൊട്ട് നെറ്റിയിൽ സ്ഥാനം തെറ്റിക്കിടക്കുന്നതറിയാതെ കണ്ണുകളിൽ കരുവാളിച്ച നാണവും പേറിവരാറുള്ള പുഷ്പയുടെ മുഖത്തിന് ബ്യൂട്ടി സൊല്യൂഷൻ കിറ്റ് പുതിയ ഉശിര് നല്കുമല്ലോ എന്നൊക്കെയുള്ള ചിന്തകളുമായി കാർണിവലിന്റെ കൂറ്റൻ ഫ്ളക്സ് ഗേറ്റ് കടന്നതേയുണ്ടായിരുന്നുള്ളൂ. പൊടുന്നനെ ആകാശത്തുനിന്നും അടർന്നു വീണപോലെ മാടിക്കെട്ട് മുന്നിൽ.

കാർണിവലിൽ ഇന്ന് ഇവിടുത്തെ ലോക്കൽ പിള്ളേരുടെ നാടകമുണ്ടെന്നും അയ്റ്റളെ നെഗളിപ്പിന് കണക്കായ വല്ല കോപ്പും കൈയിലുണ്ടോയെന്നറിയണമെന്നും പറഞ്ഞ് എന്നെ പിടിച്ചുവലിച്ച് കൊണ്ടുവരികയായിരുന്നു. നാടകമെഴുതുമ്പോൾ സിഗരറ്റും കുപ്പിയും എത്തിച്ചുകൊടുത്ത് കമ്പനികൂടാറുണ്ടെന്നതൊഴിച്ചാൽ മാടിക്കെട്ടും ഞാനും തമ്മിൽ ഒരുമിപ്പിക്കുന്ന യാതൊരു കണ്ണിയുമില്ല. പണംകൊണ്ടും പ്രായംകൊണ്ടും പദവികൊണ്ടും ലോക വിവരംകൊണ്ടും മാടിക്കെട്ടിനേക്കാൾ എത്രയോ

താഴെയാണു ഞാൻ. മദ്യം, മാടിക്കെട്ടിനെ ചെറുതാക്കുകയോ എന്നെ വലുതാക്കുകയോ ചെയ്യാറുണ്ട് പലപ്പോഴും. കുടിച്ച മദ്യത്തിന് നന്ദിവേണമെന്ന പഴഞ്ചൊല്ലിൽ കുടുങ്ങിപ്പോയതുകൊണ്ടല്ല, നാടകാന്ത്യം മദ്യം എന്ന നാട്ടുനടപ്പ് ആവർത്തിക്കും എന്നുറപ്പുള്ളതുകൊണ്ട് പുഷ്പയെ താല്ക്കാലികമായി മറക്കാൻ ശ്രമിച്ച് മാടിക്കെട്ടിനൊപ്പം നടന്നു. അറക്കാൻ കെട്ടിയിട്ടതുപോലെയായിരുന്നു നാടകത്തിനു മുന്നിൽ ഞാൻ ഇരിപ്പുറപ്പിച്ചത്. വിഴുപ്പുകളോരോന്നും നടുപ്പുറത്ത് നിർദ്ദയം ആഞ്ഞടിച്ച്, അഞ്ചോ പത്തോ മിനിട്ടുമാത്രം ആയുർദൈർഘ്യമുള്ള ഇടവേളയെ മാടിക്കെട്ട് മൃതപ്രായമാക്കുകയാണ്.

സ്ക്രീനില് മാത്രമല്ല, സ്റ്റേജിലും ഓപ്പണായി പറയലും കാണിക്കലും ആണ് ന്യൂ ജനറേഷൻ സ്റ്റൈലെന്ന് ഇക്കൂട്ടർക്ക് ഇനീം തിരിഞ്ഞിറ്റ്ല. ജാംബവാൻ കാലത്ത് ഭരതമുനീന്ന് പറയ്ന്ന വിവരദോഷി അരങ്ങില് കാണിക്കാൻ പാട്ല്ലാത്ത കൊറെ സംഗതികള്ടെ ചാർട്ട് ഉണ്ടാക്കീറ്റ്ണ്ടല്ലോ. കച്ചിത്തുരുമ്പിലാണ് ഇവന്മാര്ടെ കേറിപ്പിടിത്തം. ചത്തുവെന്നറിഞ്ഞിട്ടും ആളുകള് നാടകത്തെ കൊല്ലാൻ നടക്ക്ന്നയ്ന്റെ കാരണം ഇപ്പം പിടികിട്ട്യാ....

മാടിക്കെട്ട് എന്റെ കൈത്തണ്ടയിൽ തുരുതുരെ നാലഞ്ച് തൊണ്ടലിട്ട് പറഞ്ഞു. ചുവന്നുകത്തിക്കൊണ്ടിരിക്കുന്ന കർട്ടനു മുന്നിൽ കണ്ണുകൂർപ്പിച്ചു ഞാൻ മെനഞ്ഞുകൊണ്ടിരിക്കുന്ന നാടകത്തിന്റെ ബാക്കിഭാഗം ഇടയ്ക്കിടെ മുറിഞ്ഞുകൊണ്ടിരുന്നു.

"... നടി ഇനി അഗ്നിയായും വെരൂല, പച്ചവെള്ളായും വെരൂല. ഓള് ചത്തു. മാടിക്കെട്ട് ഉറപ്പിച്ചു."

"പത്രം വായിക്കാത്തോരും ടി വി കാണാത്തോരും ആണ് നാട്ട്കാര്ന്നാണ് ഇവന്മാര്ടെ വിചാരം.."

ഒന്ന് നടുനിവർക്കാനോ, കപ്പലണ്ടി വാങ്ങാനോ, മൂത്രമൊഴിച്ചുവരാനോ, നഗരത്തിലെ പരിഷ്ക്കാരി പെണ്ണുങ്ങളെ അനുകരിച്ച്, ലിപ്സ്റ്റിക്കും ഐഷാഡോയും പുരട്ടി, ഫേഷ്യലും ഐബ്രോയും ചെയ്ത് അണിഞ്ഞൊരുങ്ങി വന്ന സുന്ദരികളെ ഒളിക്കണ്ണിട്ട് നോക്കാൻ പോലുമോ തോന്നാത്തവിധം ഇടവേളയിൽ രമിച്ചിരിക്കുകയായിരുന്ന എനിക്ക് മാടിക്കെട്ടിന്റെ അമർഷങ്ങളോട് പ്രതികരിക്കാൻ വാക്കുകളൊന്നും വന്നില്ല.

തടയലും പിടയ്ക്കലും കുതറിത്തെറിക്കലും കരയലും തള്ളിമാറ്റലും പിച്ചിയും മാന്തിയും ചെറുത്തു നില്ക്കലും മയിൽപ്പീലി വിരലുകൊണ്ട് ആക്രമിക്കലും ഒടിഞ്ഞ താളിൻതണ്ടുപോലെ അവശയാകലും എല്ലാം ഒരു വെടിക്കെട്ടുപോലെ ആസ്വദിച്ചുകൊണ്ടിരുന്ന എന്റെ മനസ്സിൽ തൈത്തടത്തിൽ പുഷ്പയെക്കുറിച്ചുള്ള വിചാരങ്ങൾ നനഞ്ഞ പടക്കംപോലെ കത്തിയമർന്നു.

"ഈ വേവുകുറഞ്ഞ പ്ള്ളമ്മാര്ടെ വെള്ളരിയിലൊന്നും മേക്കപ്പിടാൻ ഒരു നടീനെ കിട്ട്വോ അത്ര ഈസിയല്ല. അതോണ്ട് ഫീമെയിൽ കാരക്ടറ് പിൻകർട്ടന്റെ ബേക്കിന് ഒരിക്ക്യം പൊറത്തേക്ക് വെരൂല.

ആൾക്കാരെ ഒര്മാതിരി തൂറ്റ്ന്ന ഏർപ്പാട്. എഴ്ത്ന്നോരോട് മുന്നേത്തന്നെ പറഞ്ഞുവെക്കും പെണ്ണുങ്ങള്പാട്ളാ, പെണ്ണ്ങ്ങള് പാട്ളാന്ന്..."

മാടിക്കെട്ട് ചെറുവിരലിൽ കർച്ചീഫ് പൊതിഞ്ഞ് മൂക്കിലേക്കു തിരികിക്കയറ്റി ശ്വാസോച്ഛ്വാസത്തിനുള്ള വഴി വൃത്തിയാക്കാൻ ശ്രമിച്ചുകൊണ്ടിരുന്നു.

"...ഒന്നിക്കില് ആറാംങ്കോട്ടത്തെ രാജീ രാമേന്ദ്രൻ, അല്ലെങ്കില് എടത്തട്ട സജിനി, അതുമല്ലെങ്കില് മുണ്ടേരിയിലെ എൽസി, ഓളെ കണ്ടാല് മേത്ത്ന്ന് കണ്ണെടുക്ക്വോ ആരെങ്കിലും, ഇപ്പം സീരിയലിന്റാത്താ നോട്ടം. അവളീം കിട്ടീറ്റ് ലേങ്കില് മ്മളെ സങ്കീർത്തനം ശോഭ, എന്റെ കൈമത്തന്നെ എത്രണ്ണമുണ്ട്! ഒന്ന് മിണ്ടീരിന്നെങ്കില് കിണ്ണം കിണ്ണം പോലത്തെ ഉരുപ്പടികളെ എത്രവേണമെങ്കിലും കൊണ്ട് കൊട്ക്ക്വാര്ന്നല്ലോ. അതൊക്കെ പോട്ട്, ആ പിള്ളാർടെ ക്ലബ്ബില് മൂക്കിന് തായില്ലല്ലേ കൊന്നത്തൊടി കമല. ശരിയാ ഇപ്പം പ്രായം ലേശം കൂടീറ്റ്ണ്ട്. മോത്ത് അരയിഞ്ച് വണ്ണത്തില് പൗഡറിട്ടുകൊടുത്ത് ഒരു ഹാഫ് ഡ്രസും ഇടുപ്പിച്ചാല് ഏത് അറവാളതൊണ്ടീനേം ഇരുപത്തിമൂന്നുകാരിയാക്കാനാ വെഷമം...!"

മാടിക്കെട്ട് അലക്ക് തുടരുകയാണ്..

വാഹനത്തിന്റെ കട്ടൗട്ടിനപ്പുറം പിടഞ്ഞുകരയുന്ന പെൺകുട്ടിക്ക് മാടിക്കെട്ട് നിരത്തിയ ഓരോ ശരീരവും നല്കാൻ ശ്രമിക്കുന്നുണ്ടായിരുന്നു ഞാൻ. പാമ്പ് ഉറയഴിക്കുമ്പോലെ എല്ലാ ശരീരങ്ങളിൽനിന്നും അവൾ വഴുതിമാറുമ്പോലെ എനിക്ക് തോന്നി.

..പെണ്ണുങ്ങളെന്താ അശരീരികളോ?

മാടിക്കെട്ടിന്റെ ഉള്ളിലെ ബുദ്ധിജീവിയെപ്പോലെ നാടും നാടകവും തമ്മിലുള്ള സാമ്യവ്യത്യാസങ്ങളൊന്നും എന്റെ മനസ്സിനെ തരിമ്പും ബാധിച്ചിട്ടില്ലെങ്കിലും സ്ത്രീയിലെ ശരീരം മാത്രമേ എന്റെ കണ്ണിൽ തടയാറുള്ളൂ. മുന്നിലേക്കു നടന്നടുക്കുന്ന ഓരോ സ്ത്രീയും ഓരോ കാൻവാസ് മാത്രമാണ്. കോസ്മെറ്റിക്കുകൾകൊണ്ടും അലങ്കാരങ്ങൾ കൊണ്ടും വേഷവിധാനംകൊണ്ടും സ്വയം ചിത്രം മെനഞ്ഞ് ലോകത്തെ സന്തോഷിപ്പിക്കാൻ നിയോഗിക്കപ്പെട്ടവർ, ജീവിതത്തിൽത്തന്നെ മേക്കപ്പിട്ട് കാണികളെ ആനന്ദിപ്പിക്കുന്നവർ.

"...പെണ്ണുങ്ങൾക്ക് സൊന്തായി ഒരു മുഖംപോലും കൊടുക്കൂലാന്ന് പറഞ്ഞാ അത് ഇൻസൾട്ടിങ് തന്ന്യാ. ഇത്രേം പറയാമ്പറ്റ്വങ്കില് ഓൾടെ പേരെങ്കിലും പറഞ്ഞൂട്റോ. പത്രങ്ങളൊക്കെ പാടിനടക്ക്ന്നണ്ടല്ലോ. അതെങ്ങനാ?"

മോഹൻലാല് സിനിമേ പറഞ്ഞപോലെ അത് ഉസ്കൂള് പഠിച്ച ക്ണാപ്പ്. ഇത് ആകാശത്ത് പൊങ്ങി വരുന്ന ക്ണാപ്പ്.

മാടിക്കെട്ടിന്റെ അലർജി മൂർദ്ധന്യത്തിലെത്തിയിരിക്കുന്നു. മുഖമുയർത്തി നെറ്റിചുളിച്ചു മൂക്കും വായും വിടർത്തി സുഖകരമായ ഒരു ആച്ഛീ ഇട്ടശേഷം അയാൾ തുടർന്നു.

"എട്ടില് നാല് നടികളുമായിറ്റാണ് ഞാമ്പണ്ട് മാടിക്കെട്ട് ചെയ്തത്.

സൂപ്പർ സാധനാര്ന്നില്ലേ അത്. പുതിയ പുതിയ ഐറ്റംസുകളുടെ വെള്ളപ്പൊക്കം തന്നെ സ്റ്റേജില് കൊണ്ടന്നില്ലേ. പളുങ്ക്പോലത്തെ നാല് നടികള്. ഞാനോ നീയോ എന്നമട്ടിൽ ശരിക്കും അരങ്ങ് തകർക്കാര്ന്നില്ലേ. എന്താണവള്മാര്ടെ പർഫൊമൻസ്. പക്ഷേ, നമ്മളെ നാട്ട്ളെ കാണികള്ന്ന് വിളിക്ക്ന്ന ജാതികളെ നമ്പാൻ പറ്റൂല. കരയ്ക്ക് കേറുന്നോനെ കുയിക്ക് വലിക്കുന്ന വെറും കൺട്രീസ്. ഇതേവരെ ആരും കാണിക്കാത്തത് കാണിക്കുമ്പം ദഹനക്കേടു വരും; അയ്റ്റക്ക്."

മാടിക്കെട്ടിന്റെ ജലദോഷം പിടിച്ച വർത്തമാനങ്ങൾ ഇടവേള അവസാനിച്ചാലും തുടരുമെന്നുറപ്പാണ്. സഹിക്കാതെ നിവൃത്തിയില്ല. സൊസൈറ്റിയിൽ പാലളക്കുന്ന പുലർച്ചക്കത്തെ രണ്ടോ മൂന്നോ മണിക്കൂർ മാടിക്കെട്ടിന് മറ്റൊരു മുഖമാണ്. ആരോടും ഒരക്ഷരം ഉരിയാടിയില്ല. ആരുടെയും മുഖത്ത് നോക്കിയില്ല. തിരിച്ചും മറിച്ചുമുള്ള ഒറ്റ ഏന്തലിൽ പാലിലെ വെള്ളത്തിന്റെ അളവ് കിറുകൃത്യമായി മൂപ്പർക്ക് പിടികിട്ടും. വെള്ളത്തിന്റെ അംശം ബോദ്ധ്യപ്പെട്ടാൽ നായ തൊട്ട കലംപോലെ പാൽപാത്രം ദൂരേക്ക് ഉന്തിമാറ്റും. പിന്നെ അത് അടുപ്പിക്കില്ല. പാൽ കൊണ്ടുവരുന്നവരുടെ മുന്നിൽ ഏതാനും മണിക്കൂർ മാടിക്കെട്ട് രാജാവാണ്. നീണ്ടുപരന്നുകിടക്കുന്ന ബാക്കിസമയം മുഴുവൻ ഉള്ളിൽ ഒളിഞ്ഞുകിടക്കുന്ന നാടകക്കാരനെ പുറത്തെടുക്കും. കുത്തിയിരുന്ന് എഴുതുകയും അതിനെക്കാൾ വേഗത്തിൽ കീറിക്കളയുകയും ചെയ്യും. എഴുതിയും കീറിയും കൈവിരൽ തഴമ്പിച്ചുവെങ്കിലും അരങ്ങിൽ ജീവിക്കാൻ അപൂർവ്വമായേ മാടിക്കെട്ടിന്റെ കഥാപാത്രങ്ങൾക്ക് ഭാഗ്യമുണ്ടായുള്ളൂ. ലോകനാടകവേദിയിൽ കളിക്കാൻ സാഹചര്യമുണ്ടായാൽ തന്റെ നാടകങ്ങൾ പ്രേക്ഷകർ ഇരുകൈയും നീട്ടി സ്വീകരിക്കുമെന്ന് മാടിക്കെട്ടിനറിയാം. പക്ഷേ, പാലളക്കൽ ഉപേക്ഷിച്ച് ലോകം ചുറ്റാനുള്ള ചങ്കുറപ്പ് ഇല്ലാതെ പോയി. ഒരിക്കൽ കുന്നുംപുറം ആർട്സ് ക്ലബ് എന്നൊരു തട്ടിക്കൂട്ട് ട്രൂപ്പുണ്ടാക്കി മാടിക്കെട്ട് എന്ന തന്റെ മാസ്റ്റർപീസ് പഞ്ചായത്ത് മൈതാനിയിൽ അരങ്ങേറുകയുണ്ടായി. രചനയും സംവിധാവും കെ പി എ സി ദാസ്. പോരാത്തതിന് മെയിൻ റോളിലുള്ള അഭിനയവും. പുരുഷാധികാരത്തിന്റെ പെരുങ്കോട്ടകൾ തച്ചുതകർക്കാൻ ഇതാ നിങ്ങൾക്കൊരായുധം, മാടിക്കെട്ട് എന്ന ആമുഖവചനവുമായി കർട്ടനുയർന്നപ്പോൾത്തന്നെ കുഞ്ഞുകുട്ടികുടുംബമായി വന്ന കാണികൾ അസ്വസ്ഥരാകാൻ തുടങ്ങി. ഭർത്താക്കന്മാരെ സ്നേഹിച്ചും സേവിച്ചും കഴിയുന്ന അടക്കവും ഒതുക്കവുമുള്ള തറവാടിസ്ത്രീകൾക്ക് നാടകത്തിലെ ഡയലോഗുകൾ ഓക്കാനമുണ്ടാക്കി. മുണ്ടിലും ലുങ്കിയിലും പ്രത്യക്ഷപ്പെട്ട നടികളെല്ലാം ആണുങ്ങളെപ്പോലെ മാടിക്കെട്ടുന്നതുവരെ കാര്യങ്ങൾ പുരോഗമിച്ചപ്പോൾ പലരും വാ പൂവാം എന്നു പറഞ്ഞ് എഴുന്നേറ്റു. സ്വന്തം നാട്ടുകാർതന്നെ തനിക്കിട്ട് പാരപണിയുമെന്നു കരുതിയതല്ല. കല്ലേറും കൂക്കിവിളിയും പെരുകിവന്നപ്പോൾ പാതിവഴിക്ക് കർട്ടനിട്ട് ഉടുമുണ്ടും പൊത്തിപ്പിടിച്ച് ഓടിരക്ഷപ്പെടേണ്ടിവന്നു, നാടകക്കാർക്ക്. അതോടെ ഒരു

ചുരുക്കപ്പേരുപോലും അവശേഷിക്കാത്തവിധം കുന്നുംപുറം ആർട്സ് ക്ലബ്ബ് തകർന്നു തരിപ്പണമായി. കെ പി എ സി ദാസ്, നാട്ടുകാർ ചാർത്തിക്കൊടുത്ത മാടിക്കെട്ട് എന്ന പുതിയ നാമധേയവുമായി സൊസൈറ്റിയിലേക്കു മടങ്ങി. പാലിൽ ഇത്തിരി വെള്ളം ചേർത്താൽ ജീർണ്ണവസ്തു പോലെ പാത്രത്തോടെ ഉന്തിമാറ്റാനുള്ള മാടിക്കെട്ടിന് പക്ഷേ, നാടകത്തിൽ വെള്ളമോ വെള്ളത്തിൽ നാടകമോ ചേർത്തതിനുള്ള പ്രതികരണം സഹിക്കാവുന്നതിലപ്പുറമായിരുന്നു. എങ്കിലും നാട്ടുകാരെന്നു വിളിക്കുന്ന വർഗ്ഗത്തിന് ബുദ്ധിയുറയ്ക്കുന്നതുവരെ കാത്തിരിക്കാമെന്ന മട്ടിൽ ക്ഷമയോടെ പാലളക്കാൻ തുടങ്ങി. നാട്ടിലെവിടെ നാടകമുണ്ടായാലും ആരെയെങ്കിലും കൂട്ടിനു പിടിച്ച് നേരത്തേ കാലത്തേ എത്തിക്കോളും. സ്ക്രിപ്റ്റിന്റെ ന്യൂനതയും ഡയറക്ടറുകളുടെ വിവരക്കേടും അഭിനയക്കാരുടെ ഔചിത്യക്കുറവും ഡയലോഗിന്റെ ഉശിരില്ലായ്മയും സംഗീതത്തിലെ കല്ലുകടിയും ദീപനിയന്ത്രണത്തിലെ പാളിച്ചകളും എന്നുവേണ്ട കർട്ടൻ വലിക്കുന്നവന്റെ കൈവിറയൽവരെ അടുത്തിരിക്കുന്നവന്റെ പിരടിക്ക് അലക്കിത്തീർത്തോളും.

...കർട്ടൻ വലിച്ചുകീറി, വാഹനത്തിന്റെ കട്ടൗട്ട് തച്ചുപൊട്ടിച്ച്, വില്ലന്മാരെ മൊത്തമായി ഇടിച്ച് ചമ്മന്തിയാക്കി, പെൺകുട്ടിയെ രക്ഷപ്പെടുത്താൻ കുതിരപ്പുറത്തോ മോട്ടോർ ബൈക്കിലോ ഏതെങ്കിലും ആങ്ങള കുതിച്ചെത്തുമെന്ന് സാമാന്യബുദ്ധിയുള്ള ആരും പ്രതീക്ഷിക്കൂല....

മാടിക്കെട്ട് ആഞ്ഞടിക്കുകയാണ്.

ഭീകരവാഹനത്തിന്റെ ജനലഴികൾക്കപ്പുറം പെൺകുട്ടി കരയുന്നത് ഇപ്പോഴും കേൾക്കാനാവുന്നുണ്ട്. വസ്ത്രങ്ങൾ കീറിപ്പറിയുന്നതിന്റെയും കൈയും കാലും തലയും നിലത്തടിച്ച് പിടയുന്നതിന്റെയും ശബ്ദം കേൾക്കാനാവുന്നുണ്ട്. ഒന്ന് കൂടി ചെവി കൂർപ്പിച്ചപ്പോൾ പല്ലും നഖവും മറ്റു മാരകായുധങ്ങളും കൊണ്ട് മാംസത്തെ കീറിമുറിക്കുന്നതിന്റെ ശബ്ദവും കേൾക്കാനാകുന്നുണ്ട്.

നാടകത്തിന്റെ ഏറ്റവും കാതലായ ഭാഗം ഈ ഇടവേളയാണെന്ന് എനിക്ക് തോന്നുകയുണ്ടായി. എന്റെ സ്വകാര്യ സുഖങ്ങളിൽ ഇടങ്കോലിടുന്ന വിധത്തിൽ അടുത്ത നിമിഷംതന്നെ രണ്ടാംപകുതിയുടെ ഭീകര ബെൽ ഒച്ചവെക്കുമല്ലോ എന്ന് ഞാൻ ഭയപ്പെട്ടു.

...ഇനിയിപ്പം പ്രതിഷേധം, ജാഥ, പ്രസ്താവന, വില്ലന്മാരെ തൂക്കി കൊല്ലണോ, വെടിവെച്ചുകൊല്ലണോ അതോ കല്ലെറിഞ്ഞു കൊന്നാമതിയോ എന്നൊക്കെ അപ്പുറം ഇപ്പുറം ഇരുത്തിയുള്ള ചർച്ച. തരംകിട്ട്യാല് അമ്മ പെങ്ങന്മാരെവരെ വെറുതെവിടാത്ത കാട്ടാളന്മാരാണ് എല്ലാ ആണുങ്ങളും എന്ന ഭാരതവാക്യം. ഫൂ.

മാടിക്കെട്ട് വീണ്ടും നിലത്താഞ്ഞുതുപ്പി.

അരയിലെവിടെയോ ഒളിപ്പിച്ചുവെച്ചിരുന്ന വിക്സ് ഇൻഹെയ്‌ലർ പുറത്തെടുത്ത് തിരിക്കുന്നതുകണ്ടപ്പോൾ പ്രായമെത്താതെ വിജൃംഭിച്ചുപോയ ഇച്ചിമണിപോലെ എനിക്ക് തോന്നുകയുണ്ടായി. മൂക്കിലേക്കു മൂന്നുനാലു

പ്രാവശ്യം വലിച്ചുകയറ്റിയ നിർവൃതിയോടെ മാടിക്കെട്ട് തുടർന്നു.

"...നാട്ട്ല് ഒരു കൊലപാതകം നടന്നാല് അയ്ന്റെ ചോരക്കറ മായും മുൻപ് ഒരു ബലാത്സംഗം നടന്നാല് കുപ്പായത്തിന്റെ കുടുക്കിടും മുൻപ് പേനയുമായി ഒരുങ്ങിപ്പുറപ്പെട്ടോളും എഴുത്ത്കാര്. കഥ, കവിത, നാടകം എന്നൊക്കെ പേരിട്ട് ആളുകളെ പറ്റിക്കാൻ നടക്ക്ണ എരപ്പാളികള് ഇതൊക്കെ കണ്ടാത്തോന്നും കൊലപാതകവും ബലാത്സംഗവും നടന്നു കാണാൻ കാത്തുനില്ക്വാ ഇവന്മാരെന്ന്."

പ്രതീക്ഷിച്ച സമയത്തുതന്നെ രണ്ടാം പകുതിയായുള്ള ബെൽ കാത ടപ്പിക്കുംവിധം മുഴങ്ങി. മൈതാനത്തിലെ വിളക്കുകളെല്ലാം ഒറ്റയൂതിനെ ന്നപോലെ അണഞ്ഞപ്പോൾ മാടിക്കെട്ട് എഴുന്നേറ്റു.

"പുരുഷേട്ടൻ കൊടുത്തയച്ച മിലിറ്ററി ലേശം ബാക്കിയ്ണ്ട് മാട ത്തില്. പോയിറ്റ് അത് തീർക്കൂന്നേലൊക്കൂല മണ്ണാങ്കട്ട നാടകം. നീ വാടാ."

ഇതുവരെയുണ്ടായിരുന്ന പയ്യാരം പറച്ചിലിന്റെ ടോണിന് പതം വരു ത്തിക്കൊണ്ട് മാടിക്കെട്ട് മെല്ലെ പറഞ്ഞു. അങ്ങനെയൊരു വാക്ക് കേൾക്കാൻ ഞാൻ. ബാക്കിവന്ന നാടകത്തെ പട്ടിക്കിട്ടുകൊടുത്തുകൊണ്ട് ഞങ്ങൾ നടന്നു. ഇരുട്ടിനെ ശ്രദ്ധയോടെ പകുത്തുമാറ്റി മുന്നേറുന്ന മാടി ക്കെട്ടിനെ വാൽപോലെ ഞാൻ അനുഗമിച്ചു.

പ്രസംഗങ്ങളും പ്രതിഷേധങ്ങളും മുദ്രാവാക്യങ്ങളും മൈതാന ത്തിലെ സൗണ്ട് ബോക്സിൽ ശ്വാസംമുട്ടി ചത്തുമലയ്ക്കുന്നത് വഴി മദ്ധ്യേ ഞങ്ങൾ കേൾക്കുകയുണ്ടായി.

"എല്ലാ സ്ത്രീപക്ഷനാടകങ്ങൾക്കും പൊതുവായ ഒരു സ്വാഭാവിക എന്റിങ് ഉണ്ട്, അതെന്താന്നറിയോ..?"

മാടത്തിന്റെ മരക്കോണി കയറുമ്പോൾ മാടിക്കെട്ട് ചോദിച്ചു.

എന്നിൽനിന്ന് ഒരു തലയാട്ടൽപോലും ഉണ്ടാവില്ലെന്നറിയാവുന്നതു കൊണ്ട് അടുത്തനിമിഷം തന്നെ ഉത്തരവും ഉണ്ടായി.

"അത് ഒരിക്ക്യം കംപ്ലീറ്റാവൂല, കാരണെന്താ? ആണിന്റെ വിളി.. ആ വിളിയിൽ ഏതു പെണ്ണും പത്തിമടക്കും"

കുപ്പിയിലെ അവസാന തുള്ളിയും വറ്റിച്ചുതീർത്തപ്പോൾ മാടിക്കെ ട്ടിന്റെ നാക്ക് കുഴയാൻ തുടങ്ങി. ഒടുവിൽ വാളുവെക്കുമെന്നായപ്പോൾ ഞാൻ എഴുന്നേറ്റു.

"ലോകത്തിലെ ലക്ഷണമൊത്ത പെണ്ണ് ആരെന്നറിയാമോ?"

ഞാനൊന്നും മിണ്ടിയില്ല.

"പു... പു... പുരുഷേട്ടൻ... എക്സ്മിലിറ്ററി പുരുഷേട്ടൻ ..മ്മളെ സൊന്തം പുരുഷേട്ടൻ.."

മുറിഞ്ഞ വാക്കുകൾ ആവർത്തിച്ചുകൊണ്ട് മാടിക്കെട്ട് പതുക്കെ നിലത്ത് തലചായ്ച്ചു.

അല്പസമയം നിന്നേടത്തുതന്നെ നിന്ന് കാലിന് പൊതക്കുറവില്ലെന്ന് ഉറപ്പുവരുത്തിയശേഷം ഞാൻ നടന്നു. മരക്കോണിയിറങ്ങിക്കഴിഞ്ഞപ്പോ

ഴാണ് കൈയിലുണ്ടായിരുന്ന കിറ്റ് മാടത്തിൽ മറന്നുപോയ സംഗതി ബോദ്ധ്യമായത്. രണ്ടാമതും സ്റ്റെപ്പിലൂടെ ഇഴഞ്ഞ് മുകളിലെത്തി, ഛർദ്ദിയിൽ തല ചായ്ച്ചുറങ്ങുകയായിരുന്ന മാടിക്കെട്ടിന് ശല്യമുണ്ടാക്കാത്ത വിധത്തിൽ കിറ്റ് കൈക്കലാക്കി നെഞ്ചോടു ചേർത്ത് വീണ്ടും പടിയിറങ്ങി.

ഭയപ്പെട്ടപോലെ വഴി തെറ്റിയില്ല. കോളിങ് ബെൽ അമർത്തിച്ചപ്പോൾ പെങ്ങൾ വാതിൽ തുറന്നു. മദ്യത്തിന്റെ മണം ചുറ്റും പരന്നതുകാരണമാകാം പെങ്ങൾ തറപ്പിച്ചൊരു നോട്ടം നോക്കി, മുഖം വീർപ്പിച്ച് ഒന്നുമുരിയാടാതെ ധൃതിയിൽ മുറിക്കകത്തുപോയി വാതിലടച്ചു.

കൈയിലുണ്ടായിരുന്ന കിറ്റ്, കാലത്തെഴുന്നേല്ക്കുമ്പോൾ നല്ലൊരു സർപ്രൈസായിരിക്കും എന്നു കരുതി ഡ്രസിങ് ടേബിളിൽ കൊണ്ടുവെക്കാനായി ഒച്ചയുണ്ടാക്കാതെ വാതിൽപാളി തുറന്നപ്പോൾ കട്ടിലിൽ കമിഴ്ന്ന് കിടക്കുകയായിരുന്നു പെങ്ങൾ.

പൊടുന്നനെ കട്ടിലിന് ചക്രങ്ങൾ മുളയ്ക്കുന്നതായും അത് ഉരുണ്ടുരുണ്ട് മുന്നോട്ട് ചലിക്കുന്നതായും എനിക്കു തോന്നുകയുണ്ടായി.

വെന്തുചീഞ്ഞ പ്രാർത്ഥനകൾ

ഈച്ചാട്ടുപാലം വളവിൽ ആരോ വണ്ടിക്ക് തല വെച്ചിട്ടുണ്ടെന്ന റിഞ്ഞ്, ആദ്യ റിഹേഴ്സൽ പാതി വഴിക്കിട്ട് കലാനിലയത്തിൽനിന്നും പുറത്തിറങ്ങിയപ്പോഴാണ് 'ചെകുത്താൻ' എന്ന പേരിൽ നമ്പർ സേവ് ചെയ്തുവെച്ചിരുന്ന കുഞ്ഞിനാരായണേട്ടന്റെ വിളി വരുന്നത്. ഇന്ന് പുലർന്നിട്ട് നാലാമത്തെ തൊള്ള തുറക്കലാണിത്. കാലത്ത് മൂന്ന് തവണ ഉറഞ്ഞു തുള്ളിയിട്ടും കണ്ടഭാവം നടിക്കാത്തതുകൊണ്ട് ഇന്നത്തേക്ക് വാൾ ഉറയിലിട്ടു എന്ന് സമാധാനിച്ചതാണ്. വീണ്ടുമതാ കോമ്പല്ലുകാട്ടി പാഞ്ഞടുക്കുന്നു. അടങ്ങാത്ത പകയോടെ പിന്തുടരാൻ മാത്രം ഭീകര മായ കുറ്റമൊന്നും ഇയാളോട് ചെയ്തിട്ടില്ല എന്നുതന്നെയാണ് ഇപ്പോഴും എന്റെ വിശ്വാസം.

രണ്ടു മൂന്നു മാസങ്ങൾക്കു മുൻപ് മഴയുള്ള ഒരു വൈകുന്നേരം പൊളിത്തീൻ സഞ്ചിയിൽ അടക്കം ചെയ്ത തടിച്ച നോട്ടുബുക്കുമായി കലാനിലയത്തിന്റെ പടി കയറിവന്നതിനു ശേഷമാണ് വിളിയും പറച്ചിലും അട്ടയെപ്പോലെ കാതിലൊട്ടിപ്പിടിക്കാൻ തുടങ്ങിയത്. സഞ്ചി തുറന്ന് നോട്ടു ബുക്ക് പുറത്തെടുത്ത് ഇന്നലെ രാത്രി ഒറ്റയിരിപ്പിന് കണ്ണു ചിമ്മുക പോലും ചെയ്യാണ്ട് എഴുതിയുണ്ടാക്കിയ നാടകമാണിത് എന്നുപറഞ്ഞ പ്പോൾ സത്യത്തിൽ എന്റെ കണ്ണു തള്ളിപ്പോയിരുന്നു. കലത്തപ്പം കുമാരന്റെ ഉടമസ്ഥതയിലുള്ള കുന്നുപുറം കൺഫെഷനറിയിലെ സാധാ രണ അടുപ്പിലുന്തുകാരൻ എന്ന നിലയിലല്ലാത്ത കുഞ്ഞിനാരായണേ ട്ടനെ എനിക്ക് ദഹിച്ചില്ല. ചക്കച്ചവിണികൊണ്ടും നൂഡിൽസുണ്ടാക്കാമെന്ന് പറയുമ്പോലുള്ള ചെടിപ്പും ഒപ്പം തികട്ടിവന്നു. ഹൃദയം പറിച്ചു തരുന്ന മട്ടിൽ നോട്ടുപുസ്തകം നീട്ടിയപ്പോൾ 'നൊസ്സുകാരെക്കൊണ്ട് ഇരിക്കപ്പൊറുതിയില്ലാതായല്ലോ ഭഗവാനേ' എന്ന് മനസ്സിൽ തോന്നിയെ

ങ്കിലും നന്നായി കുഞ്ഞിനാരായണേട്ടാ, നന്നായി എന്നു പറഞ്ഞ്, മുഖത്ത് ഭവ്യത വാരിത്തേച്ച്, ഇരുകൈകളിലും ഏറ്റുവാങ്ങുകയുണ്ടായത്.

ആർത്തിപിടിച്ച കോഴി ചിള്ളിമാന്തിയ നിലം പോലെയുള്ള കൈയെഴുത്തുപേജുകൾ ധൃതിയിൽ മറിച്ചിടവേ 'ഇത്തവണ കുന്നുംപുറം കലാനിലയം ഈ നാടകം സ്റ്റേജിലെത്തിക്കണം,' എന്ന കല്പന കൂടി കേട്ടപ്പോൾ നോട്ടുപുസ്തകം അറിയാതെ അടഞ്ഞുപോയി.

അടിയേറ്റ് ചത്തുമലച്ച പാമ്പിനെപ്പോലെ പുറംകവറിൽ *കോഴിക്കുഞ്ഞിന്റെ പെറ്റമ്മ മുട്ട തന്നെ* എന്ന പേര് കിടക്കുന്നത് അന്നേരമാണ് ശ്രദ്ധയിൽപ്പെട്ടത്. തൊട്ടുതാഴെ 'കുഞ്ഞിനാരായണൻ കുന്നുംപുറം' എന്ന രചയിതാവും കൈകാലുകൾ നീട്ടിയ അവസ്ഥയിൽ മലർന്നു കിടക്കുന്നു.

പ്രിയതീരങ്ങളേ വിട, പൂവിതൾപക്ഷികൾ, നിലാവലപോലെ, ചക്രവാളം വിളിക്കുന്നു. മലരേ നീ കരയല്ലേ തുടങ്ങി കാണികൾ ഹൃദയത്തിലേറ്റുവാങ്ങിയ നാടകങ്ങളുടെ പിന്മുറക്കാരനായി *കോഴിക്കുഞ്ഞിന്റെ പെറ്റമ്മ മുട്ട തന്നെ* എന്ന നാമധേയം വെറുതെ ചേർത്തുവച്ചപ്പോൾ തന്നെ ഓക്കാനമുണ്ടായി. എങ്കിലും അതൊന്നും പുറത്തുകാട്ടാതെ 'നാട്ടുകാരെഴുതിയ നാടകം നാട്ടുകാരനഭിനയിച്ച് നാട്ടുകാരുടെ മുന്നിലവതരിപ്പിക്കുന്നതിലപ്പുറം സന്തോഷം വേറെന്തുണ്ട് കുഞ്ഞിനാരാണേട്ടാ, ഒരു നാട്ടുകാരുടെ കലാനിലയത്തിന്' എന്നുപറഞ്ഞ് ഒരു താങ്ങ് വെച്ചുകൊടുക്കുകയാണുണ്ടായത്. അടുത്തയാഴ്ച സെലക്ഷൻ കമ്മിറ്റി കൂടുന്നുണ്ടെന്നും, അവരുടെ തീരുമാനമാണ് അന്തിമമെന്നും പറഞ്ഞ് തല്ക്കാലം തടി സലാമത്താക്കാൻ നോക്കി.

"കൊറെ കാലായി ഉള്ളില് വെന്തുകൊണ്ടിര്ന്ന സാധനം ഇനീം മൂടിവെച്ചാല് അടിഞ്ഞു ചീയുമെന്നായപ്പം എഴുതിപ്പോയതാണ്. ഇനി ആറിത്തണുക്കുന്നേനു മുൻപ് വിളമ്പിയേ പറ്റൂ. കമ്മിറ്റി യോഗം ചർച്ച, ആനത്തല എന്നൊക്കെ പറഞ്ഞ് ഒടുക്കം തീരുമാനം മാറ്റിയാല് എന്റെ ഏശല് തെറ്റും."

കുഞ്ഞിനാരായണേട്ടന്റെ വാക്കുകൾക്ക് പൊടുന്നനെ പിച്ചാങ്കത്തിയുടെ മിനുക്കം പടർന്നത് എന്നിൽ ഞടുക്കമുളവാക്കി. സെലക്ഷൻ കമ്മിറ്റി, സബ്കമ്മിറ്റി, ജനറൽ കമ്മിറ്റി, പ്രോഗ്രാം കമ്മിറ്റി തുടങ്ങിയ ഉണ്ടകൾ കാണിച്ച് ഇമ്മാതിരി അലമ്പു പാർട്ടുകളെ ഓടിച്ചുവിട്ട അനുഭവം മുൻപുണ്ടായിട്ടുണ്ട്. എന്നാൽ ഇതെല്ലാം ആളെ പേടിപ്പിക്കാനുള്ള അടവുമാത്രമാണെന്ന മട്ടിൽ ഒരാൾ പ്രതികരിക്കുന്നത് ഇതാദ്യമാണ്. സാധാരണഗതിയിൽ 'പോയി പണിനോക്കെടാ' എന്നുപറഞ്ഞ് ഷർട്ടിന്റെ കോളർ പിടിച്ച് ഉന്തിപുറത്താക്കേണ്ടുന്ന സമയം കഴിഞ്ഞു. പക്ഷേ, കലയിലും സാഹിത്യത്തിലും നാവു നീട്ടുന്ന പടുമുളയെപ്പോലും ചക്കയാണ് മാങ്ങയാണ് എന്നുപറഞ്ഞ് പ്രോത്സാഹിപ്പിക്കണം എന്നു നാട്ടുനടപ്പുള്ളതുകൊണ്ട് നമുക്ക് ശരിയാക്കാം കുഞ്ഞിനാരായണേട്ടാ എന്നു മാത്രം പറയുകയുണ്ടായി.

"ശരിയാക്കണം"

കുഞ്ഞിനാരായണേട്ടന്റെ വാക്കുകൾക്ക് അരിപൊടിക്കുന്ന ഇടിക്കല്ലിന്റെ ഞരക്കം.

"നാടകാക്കാൻ ഇത് വിട്ടുകിട്ട്യത് മഹാഭാഗ്യാണെന്ന് കമ്മിറ്റിക്കാരെ പറഞ്ഞു മനസ്സിലാക്കണം. ശരിക്കും സിനിമയാക്കി ലോകം മുഴുവൻ കാണിക്കാൻ കോപ്പുള്ള സാധനാണിത്. സത്യനന്തിക്കാടിന്റേയും സിബി മലയിന്റെയും അഡ്രസ് കിട്ടാൻ കൊറെ നോക്കിയതാണ്. കലത്തപ്പത്തിന്റെ മോൻ ഗണേശൻ ആയ്ച്ചക്കായ്ച്ചയ്ക്ക് തിരുന്തരത്ത് പോവാറുള്ളോനല്ലേ. ആരെയെങ്കിലും കാണാമ്പറ്റ്യാല് സംഗതി പറയണംന്ന് ശട്ടം കെട്ടിയിരുന്നു. കൊച്ചി–കോടമ്പാക്കം, കോടമ്പാക്കം – കൊച്ചി എന്നൊക്കെ പറഞ്ഞ് കൃത്യായി അഡ്രസില്ലാണ്ട് പറന്ന് നടക്ക്വാല്ലേ ഓര്. കണ്ട് കിട്ടാൻ പ്രയാസാരിക്കുത്രേ! അവസാനം തിരുന്തരത്ത്ള്ള ബാലേന്ദ്രമേനോനെ കണ്ട് ഇന്നാൾടെ മനസ്സ്ല് സിനിമയ്ക്ക് പറ്റ്യ ഉഗ്രൻ കഥയ്ണ്ട്, വേണോന്ന് ചോയ്ക്കാൻ പറഞ്ഞു. ഗണേശൻ കാറെട്ത്തിറ്റാ മേനോന്റെ വീട്ടില് പോയേ, താരാട്ടും പ്രേമഗീതങ്ങളും കേൾക്കാത്ത ശബ്ദവും എറങ്ങ്ന്ന ദിവസംതന്നെ കണ്ടോനാണ്. പണ്ടേ വല്യ ഇഷ്ടാണ്, കൊറച്ച് കാലം ഇങ്ങേരെപ്പോലെ കർച്ചീഫ് മടക്കി തലേക്കെട്ടി നടന്നോനാണ് എന്നൊക്കെ പറഞ്ഞ് നമ്മളെ പരിചയപ്പെടുത്ത്യാശേഷം കഥേടെ കാര്യം മെല്ലെ മുട്ടിക്കൊടുത്തു. അന്നേരം മൂപ്പര് കൈ നെഞ്ചത്ത് തടവി ഗണേശനോട് പറഞ്ഞൂത്രെ. 'അത് ഞാനെട്ത്ത പ്രതിജ്ഞ ലംഘിക്കലാവൂലേ കുട്ടാ, ഇനി മറ്റുള്ളോർടെ കഥ സിനിമയാക്കണംന്ന് എപ്പോഴെങ്കിലും തോന്ന്വാണെങ്കില് മറക്കൂലാന്ന് പറ കുഞ്ഞിനാരായണനോട്' മേനോൻ മൂപ്പർക്ക് എന്നോട് എന്തോ ഒരിത് ഉണ്ടെന്ന് ഗണേശന്റെ സംസാരത്ത്ന്ന് മനസ്സലായിന്. പക്ഷേ, സകല കുലാബിയും ഒറ്റക്കേ ചെയ്യൂന്ന് തീരുമാനമെടുത്ത് പോയില്ലേ, നമ്മുടെ കഷ്ടകാലത്തിന് തീരുമാനം മാറും മാറും വിചാരിച്ച് കാത്തിരിക്കാൻ പറ്റ്വോ കുഞ്ഞിനാരാട്ടന്"

കാറിയ വെളിച്ചണ്ണ കൊണ്ടുണ്ടാക്കിയ പലഹാരം വായിലിട്ട വിമ്മിട്ടത്തോടെ ഞാൻ കുഞ്ഞിനാരായണേട്ടന്റെ വാക്കുകൾക്കു മുന്നിൽ ഇരുന്നുകൊടുത്തു. 'കഴി കഴി' എന്നു പറഞ്ഞ് വായിൽ തിരുകുന്നമട്ടിൽ അയാൾ തുടർന്നു.

"ഒരു നോവലാക്ക്യാലോന്ന് ആലോയ്ച്ചതായിരുന്നു. ആരീം മുനായിക്കാണ്ട് സംഗതി എത്തേണ്ടിടത്ത് എത്ത്വല്ലോ?"

നിമിഷനേരത്തെ നിശ്ശബ്ദതയ്ക്കു ശേഷം പുറത്തു പെയ്യുന്ന പെരുമഴയിൽ കണ്ണ് കൂർപ്പിച്ച് കുഞ്ഞിനാരായണേട്ടൻ പറഞ്ഞു.

"നോവലിന് നല്ല ടൈമാന്ന് ആരോ പറഞ്ഞതു കേട്ടതോണ്ടാണ് ആലോചന അങ്ങോട്ടായെ. കയിഞ്ഞായ്ച സംഗതി സൂചിപ്പിച്ചപ്പം കെട്ടിപ്പിടിച്ചോണ്ട് ഗണേശൻ പറഞ്ഞു. 'എഴ്ത് കുഞ്ഞിനാരായട്ടാ, എഴ്ത്, ബുക്കാക്ക്ന്ന കാര്യം നമ്മളേറ്റു. തിരോന്തരത്ത് അടുപ്പ് കൂട്ട്യപോലല്ലേ പ്രസ്'. നല്ല ചെക്കനാ ഗണേശൻ. അച്ഛൻ, കലത്തപ്പം കുമാരന്റെ ദുഷ്ടബുദ്ധിയൊന്നും തൊട്ട് തെറിപ്പിച്ചിറ്റ്ല. ഒറ്റമുറിപ്പീട്യേന്ന് കുമാരൻ, കല

ത്തപ്പം ഉണ്ടാക്കിത്തൊടങ്ങ്യകാലം മുതൽ ഒപ്പം ചേർന്ന് പൊകയും കരീം പെരളാൻ തുടങ്ങ്യാതാ ഈ ഞാൻ. പണം ഉണ്ടാക്കന്ന തത്രപ്പാടിൽ അച്ഛന് അതൊന്നും ഓർമ്മയുണ്ടാവില്ലെങ്കിലും ചെക്കന്റെ മനസ്സ്ന്ന് മായൂല. അന്ന് പൊടിക്കുപ്പി പോലത്തെ ഈ ഗണേശന് അണ്ടിപ്പരിപ്പും ഉണക്കമുന്തിരീം ഇസ്കി കൊട്ക്കലാ എന്റെ പരിപാടി. അതിന്റെ നന്ദീം ബഹുമാനോം കാണാണ്ടിരിക്ക്വോ!'

ഇത്രയും നന്ദിയും ബഹുമാനവുമുള്ള ഗണേഷൻ വിളിപ്പുറത്തുള്ളപ്പോൾ ഇയാളെന്തിന് ബാക്കിയുള്ളവരെ മെനക്കെടുത്തുന്നു, എന്ന മട്ടിൽ നെറ്റി ചുളിക്കവെ കുഞ്ഞിനാരായണേട്ടൻ പറഞ്ഞു.

"ആ മോഹം തെളിച്ചപ്പം തന്നെ പുളിച്ചുപോയി."

മഴനാരുകൾക്കിടയിൽനിന്ന് കണ്ണെടുത്ത് കഴുത്ത് നീട്ടി മഹാരഹസ്യം പറയുമ്പോലെ ചെവിക്കകത്തു കയറി കുഞ്ഞിനാരായണേട്ടൻ തുടർന്നു.

ഇക്കാലത്ത് നോവൽ ബുക്കുകൾക്ക് ഒരു കൊഴപ്പമുണ്ടത്രേ! ഗണേശൻ പറഞ്ഞപ്പഴല്ലേ നമ്മളറീന്ന്. നാട്ടുമ്പുറത്തെ കഥയ്ക്കോ, കഥാപാത്രങ്ങൾക്കോ തീരെ മാർക്കറ്റില്ല. എഴ്ത്ന്ന്ണ്ടെങ്കിൽ പൊറം നാട്ടിലെ ജീവിതോം, അനുഭവോം എഴ്തണം. കേരളത്തിന് പൊറത്തുള്ളോര്ടെ കഥയായാലും മതി, എത്ര കത്തിയാലും അവനോന്റെ അടുപ്പും കുണ്ടിന് ചൂടില്ലാന്നാണ് പോലും പുതിയ കണ്ടുപിടുത്തം. ചുരുക്കിപ്പറഞ്ഞാല് അരിയുണ്ടയും നാണക്കട്ടയും കഴിച്ചിരുന്നോർക്ക് ബർഗറും പിസയും മാത്രെ അണ്ണാക്കിലെറങ്ങൂ എന്നായി. ഈട കുന്നുംപുറത്ത് ചുറ്റിപ്പറ്റി നില്ക്കന്ന നമ്മക്ക് നോവലെഴ്തണംന്ന് വെച്ച് നാട് വിടാൻ പറ്റ്വോ. അതൊക്കെ പണീതൊരും ഇല്ലാണ്ട് നടക്കുന്നോരോ, പേരെട്ക്കാൻ നടക്കുന്നോരോ ചെയ്യട്ട്ന്നല്ലാണ്ട്...'

കുഞ്ഞിനാരായണേട്ടന്റെ വാക്കുകൾക്ക് നിരാശതയുടെ കരിഞ്ഞ മണം. അടിക്കുപിടിച്ച പലഹാരം പാത്രത്തിൽനിന്ന് ഇളക്കിയെടുക്കുമ്പോലെ തുടർന്നു.

"എന്നാലൊരു നാടകാക്കിക്കള കുഞ്ഞിനാരാട്ടാ എന്ന് ഗണേശൻ പറഞ്ഞപ്പം ആദ്യം മുഷിച്ചില് തോന്നി. നാടകംന്ന് കേൾക്കുമ്പം ഉള്ള് വേവാത്ത ഉണ്ടക്കായയാണ് ഓർമ്മവരിക. വള്ളി ട്രൗസറിട്ട് നടക്ക്ന്ന കാലത്ത് ചിറക്കുറ്റിക്കാവിലെ കളിയാട്ടത്തിന് കണ്ട നാടകമുണ്ട് മനസ്സിലിപ്പോഴും. അട്ടം നോക്കിയ്ള്ള നടത്തവും വൈന്റ് ചെയ്ത് വിട്ട പോലത്തെ അഭിനയവും വായിലൊതുങ്ങാത്ത വർത്തമാനവും കത്തിക്കയറുമ്പോൾ മൈതാനത്തിലെ പൂഴി മണലിൽ മലർന്നു കിടന്ന് ഉറങ്ങിപ്പോയതോർമ്മയ്ണ്ട്. 'കാലം മാറി കുഞ്ഞിനാരാട്ടാ, ലോകം മുഴ്വൻ ഉണർന്നിരിന്ന് നാടകം കാണ്വാണ്, സിനിമേൽ തെളിങ്ങി നില്ക്ക്ന്ന മോഹൻലാല് വരെ അഭിനയിക്കാൻ ചാൻസ് ചോയ്ച്ച് നാടക്കാര്ടെ ബേക്കില് നടക്ക്വാണ് എന്നൊക്കെ പറഞ്ഞ് മൂപ്പീച്ചപ്പം ഒന്ന് ഞെക്കിപ്പിടിച്ചാലോന്ന് എനക്കും തോന്നി. ആരെക്കൊണ്ട് കളിപ്പിക്കും എന്നായപ്പം

നമ്മടെ കുന്നുംപുറം കലാനിലയക്കാറ് അല്ലാണ്ടാരാ എന്ന് ഗണേശൻ. പിന്നൊന്നും ആലോയ്ച്ചില്ല. നോട്ടുബുക്കും പെന്നും വാങ്ങി ഒറ്റയിരുത്തം. ഒരു പോള കണ്ണടച്ചിറ്റില്ല. രാവിലെയായപ്പോൾ നാടകം റെഡി. എഴുതി ക്കഴിഞ്ഞപ്പള് നോക്ക്യാട്ടെ കൈ ഈ കോലത്തിലായിപ്പോയി."

കുഞ്ഞിനാരായണേട്ടൻ കൈ നീട്ടിക്കാണിച്ചപ്പോൾ ഞെട്ടിപ്പോയി. ജീവിതകാലം മുഴുവൻ മാവ് അമർത്തിക്കുഴച്ചിട്ടും, കപ്പയും കായും തുരു തുരാ അറുത്തുമുറിച്ചിട്ടും എരിതീയിൽ ഉരുകിയിട്ടും, വറചട്ടിയിൽ പൊരി ഞ്ഞിട്ടും തഴമ്പല്ലാത്ത മറ്റൊരു അവലക്ഷണവും കാണാതിരുന്ന കൈ ഇപ്പോൾ ഒറ്റ രാത്രികൊണ്ട് ചൂട് ബണ് പോലെ ചീർത്ത് ചുവന്നിരി ക്കുന്നു.

"ഏതായാലും രണ്ടുമൂന്നാഴ്ചയ്ക്കുള്ളിൽ ഞാനിത് വായിച്ച് നോക്കി കുഞ്ഞിനാരാണേട്ടനെ വിവരം അറിയിക്കാം. പോരേ."

ആവുന്നത്ര ആദരവും പരിഗണനയും കുത്തിത്തിരുകി അങ്ങനെ പറയുമ്പോൾ ഇത് നാടകമാക്കാനോ വായിക്കാൻപോലുമോ പോകുന്നി ല്ലെന്ന തീരുമാനം അറിയാതെ മനസ്സിൽ രൂപപ്പെട്ടിരുന്നു

ഒറ്റയടിക്ക് ചവറ്റുകൊട്ടയിലിട്ട് ശ്വാസം മുട്ടിച്ച് കൊല്ലുന്നതിനേക്കാൾ ജലപാനം നല്കാതെ, ഏതെങ്കിലും മൂലയിൽ ഉരുട്ടിവെച്ച് സ്വാഭാ വികമരണം അനുവദിക്കുകയാണ് ഇത്തരത്തിലുള്ള വേവു കുറഞ്ഞവ രിൽനിന്ന് രക്ഷപ്പെടാനുള്ള വഴി.

"അതെന്തിനാടോ ഒറ്റ രാത്രികൊണ്ടെഴുതിയ നാടകം വായിച്ചു നോക്കാൻ രണ്ടുമൂന്നാഴ്ച?"

പകയുള്ള പട്ടിയുടെ മുരൾച്ചപോലുള്ള ചോദ്യത്തിനു മുന്നിൽ ഞാൻ ബബ്ബബ്ബയായി.

"നാടകത്തെ വളർത്താനും വെല്താക്കാനും ന്ങ്ങള് വിചാരിച്ചാല് കഴിയുംന്ന് കർതീട്ടാ ആള്ള് ന്ങ്ങടെ നേർച്ചപ്പെട്ടീല് പണമിടുന്നെ. കല ത്തപ്പം കുമാരൻ തെർന്ന പെടക്ക്ന്ന അഞ്ഞൂറിനും ആയിരത്തിനും എന്റേം കൂടി വിയർപ്പുണ്ട്. നല്ലോണം ഓർത്തോ."

സത്യത്തിൽ എനിക്ക് ചൊറിഞ്ഞു കയറുന്നുണ്ടായിരുന്നു. പുറത്ത് പെരുമഴയിലേക്ക് വലിച്ചെറിഞ്ഞ് ഒരക്ഷരം പോലും ബാക്കിയാകാത്ത വിധത്തിൽ ഇയാളുടെ വികൃതജന്മത്തെ അവസാനിപ്പിച്ചാലോ എന്നുവരെ തോന്നുകയുണ്ടായി, എനിക്ക്.

"അല്ല, ഞാൻ കണക്ക് പറയ്ന്നതാണ്ന്ന് വിചാരിക്കണ്ട. വർത്താനം കേട്ടപ്പം ഒരിക്കലും ഇത് വായിച്ച് നോക്കൂലാന്ന് തോന്നിപ്പോയി. ന്ങ്ങള് കർതുമ്പോലെ ആപ്പ ഊപ്പ നാടകൊന്നല്ല ഇത്."

പൊടുന്നനെ കുഞ്ഞിനാരായണേട്ടൻ വാക്കുകൾക്ക് പതം വരുത്തി.

"തെളക്ക്ന്ന എണ്ണേലിട്ട കടലമാവും, കപ്പലണ്ടിയും, പൊട്ടുകടലയും പോലെ കണ്ടതും അറിഞ്ഞതും അനുഭവിച്ചതും ഉള്ളിലിട്ട് മൊരിച്ചെടു ത്തിറ്റാടോ മിക്സചറിന്റെ ടേസ്റ്റുള്ള ഈ സാധനം ഉണ്ടാക്യത്. പെടപെ ടാന്ന്ള്ള സംഭാഷണങ്ങളുണ്ട്രോ ഈന്റാത്ത്. തമാശ രംഗങ്ങള് വായിച്ചു

നോക്ക്യാട്ടെ. കുടലുകുലുക്കി ചിരിപ്പിക്കാണ്ടിരിക്കൂല. കരയിപ്പിക്കാനാങ്കില് അതിന് പറ്റിയ എരിവും ചേർത്തിറ്റ്ണ്ട്."

ഉറുമ്പിൻകോട്ട ദേഹത്തടർന്നുവീണ അസ്വസ്ഥതയിൽ കുഞ്ഞിനാരായണേട്ടന്റെ മുന്നിൽ ഇരിപ്പായിരുന്നു ഞാൻ. ഇയാളെ തട്ടി മാറ്റാനുള്ള വഴി ആലോചിച്ചുകൊണ്ടിരിക്കവേ ആസകലം ചൊറിഞ്ഞു കയറുന്നതും കടിച്ചുപറിക്കുന്നതും തുടർന്നു.

"പക്ഷേ, ഒരു കൊഴപ്പുണ്ട്. അക്ഷരത്തെറ്റും വ്യാകരണത്തെറ്റും ജാസ്തിയ്ണ്ടാകും. കുഞ്ഞിനാരാട്ടൻ ഉസ്ക്കൂള് പോയിറ്റ്ലാലോ. ഇത്രേയ്ള്ളേരം മുതൽ അടുപ്പിൻ കുണ്ടിലായിപ്പോയില്ലേ. ആട്ന്നും ഈട്ന്നും കേട്ട് പഠിച്ച കോപ്പുകൊണ്ടാണ് ഇങ്ങനെയെങ്കിലും എഴുതാമ്പറ്റ്യേ. വിവരും വിദ്യാഭ്യാസൂം ഉള്ള ന്ങ്ങള്ണ്ടല്ലോ ശരിയാക്കിത്തരാൻ."

ഇയാളുടെ വയറിളക്കത്തിന് കാതുകാട്ടിക്കൊടുക്കാൻ ഇനിയും മനസ്സില്ലാത്തതുകൊണ്ട് "ടൗണിൽ ഒരു നാടക സെമിനാറുണ്ട് കുഞ്ഞിനാരായണേട്ടാ" എന്നു പറഞ്ഞ് ഞാൻ എഴുന്നേറ്റു. അപ്പോഴും വളവള വർത്തമാനം തുടരുകയായിരുന്നു. എന്റെ നീരസം അറിയട്ടെ എന്ന ഉദ്ദേശത്തോടെ "വിളിക്കാം വിളിക്കാം, നാളെത്തന്നെ വിളിച്ച് വിവരം പറയാം തല്ക്കാലം പോ" എന്നൊക്കെ പിറുപിറുത്തുകൊണ്ട് ഞാൻ കുടയെടുത്തു.

"വിളിക്കൂം പറയും ചെയ്യുന്ന കുന്ത്രാണ്ടം എനിക്കില്ലല്ലോ" എന്ന് സങ്കടപ്പെട്ടപ്പോൾ "അതിനെന്താ, ഞാനങ്ങോട്ടുവന്ന് കാര്യങ്ങൾ ഡിസ്കസ് ചെയ്യാലോ" എന്നു പറഞ്ഞ് പുറത്തുതട്ടി, മനസ്സില്ലാ മനസ്സോടെ ഇറങ്ങിപ്പോകുമ്പോൾ,. വേരാണ്ട്ക്കല്ലേടാ, മറക്കല്ലേടാ ഇന്നുതന്നെ വായിക്കണേടാ, നാടകാക്കി കളിക്കണേടാ, ചതിക്കല്ലേടാ എന്നൊക്കെ കൈ കൂപ്പിക്കൊണ്ട് പറയുന്നുണ്ടായിരുന്നു. നാടകപുസ്തകം പഴയ ന്യൂസ്പേപ്പർ കൂമ്പാരത്തിൽ നിക്ഷേപിച്ച് വാതിൽപൂട്ടി പുറത്തേക്കിറങ്ങുമ്പോഴേക്കും പേപിടിച്ചു പെയ്യുകയായിരുന്ന മഴ തോർന്നിരുന്നു.

പിറ്റേന്ന് കാലത്ത് "എന്തായെടാ എന്റെ നാടകം" എന്നു ചോദിച്ചുകൊണ്ട് കുഞ്ഞിനാരായണേട്ടന്റെ വിളി വന്നപ്പോൾ അത്ഭുതമായി. "ഗണേശനെ ചാക്കിട്ട് ഒരു പഴയ ഫോണും ആർടെയോ നമ്പറും സംഘടിപ്പിച്ചെടാ. ഓനാ നിന്റെ നമ്പറ് പരതിപ്പിടിച്ച് തന്നെ, പറ എങ്ങനെയ്ണ്ടാര്ന്നു, നന്നായിറ്റ്ലേ, നാട്ടുകാർക്ക് ഇഷ്ടാവൂലേ, കൈയടി ക്ട്ടൂലേ" എന്നൊക്കെയുള്ള ആകാംക്ഷകൾക്കുമുന്നിൽ ഞാൻ നിശ്ശബ്ദനായി. ഈ മാരണത്തെ ഇനിയെങ്ങനെ നേരിടും എന്നാലോചിച്ച് ഞാൻ ഫോൺ കട്ടു ചെയ്തു. ശല്യം ഇനിയും ഫോണിൽവന്ന് ഞൊട്ടാൻ തുടങ്ങുമ്പോൾ മുൻകരുതലിനായി നമ്പർ സേവ് ചെയ്തു. ഉള്ളിൽ പതഞ്ഞുപൊന്തിയ പക കൊണ്ടായിരിക്കണം കുഞ്ഞിനാരായണൻ എന്നതിനുപകരം ചെകുത്താൻ എന്ന പേരായിരുന്നു നമ്പറിനു നല്കിപ്പോയത്.

ചെകുത്താന്റെ വിളി ഇടതടവില്ലാതെ തുടർന്നപ്പോൾ ഫോൺ ഇടി

ക്കട്ടപ്പരുവത്തിലായി. സംവിധായകനെ കണ്ടെത്തിയോ, അഭിനയക്കാരെ തെരഞ്ഞെടുത്തോ, "റിഹേഴ്സൽ തുടങ്ങാറായോ, കളിക്കുന്ന തീയതി നിശ്ചയിച്ചോ, എന്നൊക്കെയുള്ള ചോദ്യങ്ങളുമായി ഫോൺ ആഞ്ഞടിച്ചു. എന്റെ നാടകത്തെ എന്താക്കിയെടാ, കൊന്നോ, അതോ കുഴിച്ചിട്ടോ എന്ന ദീനസ്വരം കൊണ്ട് ചിലപ്പോൾ കാതു ചുവപ്പിച്ചു. യാചിച്ചും ആജ്ഞാപിച്ചും, കേണപേക്ഷിച്ചും, ഭീഷണിപ്പെടുത്തിയും പ്രലോഭിപ്പിച്ചും അന്ത്യശാസനം നല്കിയും കുഞ്ഞിനാരായണേട്ടൻ വ്യത്യസ്ത ഭാവങ്ങളിൽ പകർന്നാടി.

കലാനിലയത്തിന്റെ പുതിയ നാടകം *മഴമേഘങ്ങൾ സാക്ഷി*യുടെ റിഹേഴ്സൽ ഇന്നു തുടങ്ങുന്ന വിവരം കിട്ടിയിട്ടാവണം ഇന്നലെ വിളിയോടു വിളിയാണ്. 'മുടിഞ്ഞുപോട്ടെ' എന്നു ശപിച്ചുകൊണ്ടാണ് ഫോണെടുത്തത്. സ്പഷ്ടമല്ലാത്ത ശബ്ദങ്ങൾ, കെഞ്ചലിന്റെയും ശകാരത്തിന്റെയും ടോണുകളിൽ മാറി മാറി ഉപയോഗിച്ചപ്പോഴെല്ലാം ആരെയും വെറുപ്പിച്ച് ശീലമില്ലാത്ത ഞാൻ സമഭാവനയോടെ മറുപടി പറഞ്ഞുകൊണ്ടിരുന്നു. ജീവിതകാലം മുഴുവൻ പല്ലിളിച്ച് പിന്തുടരുമോ ഇയാളുടെ വിളിയെന്ന് ഞാൻ ഭയപ്പെട്ടു. അതുകൊണ്ട് ഇന്ന് കാലത്ത് മൂന്നു തവണ വാ പൊളിക്കാൻ നോക്കിയിട്ടും തിരിഞ്ഞുനോക്കിയില്ല. ആരോ വണ്ടിക്ക് ചാടി ചത്തിട്ടുണ്ടെന്നറിഞ്ഞപ്പോൾ റിഹേഴ്സൽ തുടരുന്നത് ആൾക്കാരെക്കൊണ്ട് പറയിപ്പിക്കലാകുമെന്ന് കണ്ട് ഇടയ്ക്കു നിർത്തി, ബോഡി കാണാൻ പുറപ്പെട്ടതായിരുന്നു. വീണ്ടുമിതാ ചെകുത്താന്റെ പരാക്രമം. ഇയാളുടെ തല ഒരു തീവണ്ടിയും തട്ടി ഉടയുന്നില്ലല്ലോ ഭഗവാനേ, എന്നുവരെ മനസ്സിൽ പ്രാകിപ്പോയി. ഇനിയും ഉറഞ്ഞു തുള്ളാനാണ് ഒരു ചെറുവിരൽ പോലും അനക്കാൻ വയ്യാത്തവിധത്തിൽ അറുത്തുമുറിച്ചുള്ള മറുപടി നല്കണമെന്ന് ഞാൻ തീരുമാനിച്ചു.

ദൂരെ ഈച്ചാട്ടുപാലം വളവിലെ ആൾക്കൂട്ടത്തിൽനിന്ന് അയഞ്ഞു വരുന്നവരുടെ മുഖങ്ങളിൽ ചത്തവനെ തിരിച്ചറിയാൻ പറ്റാത്തതിലുള്ള നിരാശത പ്രകടമായിരുന്നു. അന്യദേശക്കാരാരെങ്കിലും ആയിരിക്കും എന്ന ആശ്വാസത്തോടെ ഞാൻ നടന്നു. വണ്ടിക്ക് ചാടിച്ചാവാൻ ആഗ്രഹിക്കുന്ന ഏതു ദേശക്കാരുടേയും പുണ്യഭൂമിയാണ് ഈച്ചാട്ടുപാലം വളവ്.

കരിങ്കൽ ചീളുകളിൽ ചിതറിക്കിടക്കുന്ന മാംസക്കഷ്ണങ്ങളിലേക്ക് ആർത്തി പിടിച്ച ഈച്ചയെപ്പോലെ കണ്ണുകൾ പറന്നടുക്കവേ കണ്ടുനില്ക്കുന്ന ആരോ ആശ്വസിക്കുന്നതു കേട്ടു.

"ബോഡിക്കട്ത്ത്ന്ന്, കേടൊന്നും പറ്റാത്ത മൊബൈൽ കിട്ട്യതോണ്ട് ഏതു നാട്ടുകാരനായാലും പൊലീസുകാര് എളുപ്പത്തില് തിരിച്ചറിഞ്ഞോളും."

"പറഞ്ഞിറ്റെന്താ കാര്യം?"

മറ്റൊരാൾ നിരാശപ്പെട്ടു.

"ആളാരാന്നറിയാൻ ഫോണാകെ പരതിയപ്പോൾ കിട്ടിയ ഒരേയൊരു നമ്പറിൽ വിളിച്ചു നോക്ക്യപ്പം നോ ആൻസർ ആ നമ്പറിന് നേർക്കുള്ള പേരാണെങ്കിലോ, 'ദൈവം!' "